ಉಪ್ಪಿಟ್ಟಾಯಣ

INTERESTING SHORT COMEDY STORIES
ON UPPITTU.

ಟಿಎನ್ನೆಸ್

Copyright © T N S
All Rights Reserved.

ISBN 978-1-63669-989-9

This book has been published with all efforts taken to make the material error-free after the consent of the author. However, the author and the publisher do not assume and hereby disclaim any liability to any party for any loss, damage, or disruption caused by errors or omissions, whether such errors or omissions result from negligence, accident, or any other cause.

While every effort has been made to avoid any mistake or omission, this publication is being sold on the condition and understanding that neither the author nor the publishers or printers would be liable in any manner to any person by reason of any mistake or omission in this publication or for any action taken or omitted to be taken or advice rendered or accepted on the basis of this work. For any defect in printing or binding the publishers will be liable only to replace the defective copy by another copy of this work then available.

ಅರ್ಪಣೆ

ಶೃಂಗೇರಿ ಶಾರದಾಂಬೆಗೆ,
ರಾಮಬಂಟ ಹನುಮನಿಗೆ,
ಉಡುಪಿಯ ಕೃಷ್ಣನಿಗೆ,
ನನ್ನ ಅಪ್ಪ ಅಮ್ಮನಿಗೆ,

ಎಲ್ಲಕ್ಕೂ ಮಿಗಿಲಾಗಿ,
ದಿನಾ ಉಪ್ಪಿಟ್ಟು ಮಾಡಿಡುವ ಹೆಂಗಸರಿಗೆ
ಮರು ಮಾತಾಡದೆ ಅದನ್ನು ತಿನ್ನುವ ಬಡಪಾಯಿ ಗಂಡಸರಿಗೆ

ಪರಿವಿಡಿಗಳು

ಮುನ್ನುಡಿ vii

1. ಭಕ್ತ ಪ್ರಹ್ಲಾದ 1
2. ನೆನಪಿರಲಿ 6
3. ಅವಳಿಲ್ಲದ ಊಟ 7
4. ನೆನಪಿರಲಿ 9
5. ಉಪಮಾಲಂಕಾರ 10
6. ನೆನಪಿರಲಿ 13
7. ಮಹಾಗೋಡೆಯ ಹಿಂದಿನ ಮಹಾರಹಸ್ಯ 14
8. ನೆನಪಿರಲಿ 17
9. ಉಪ್ಪಿಟ್ಟು ಮಾಡದ ಮನೆಯ ಉದ್ದಿನಬೇಳೆ 18
10. ನೆನಪಿರಲಿ 21
11. ಜೀವ ಉಳಿಸಿದ ಉಪ್ಪಿಟ್ಟು 22
12. ನೆನಪಿರಲಿ 25
13. ಮೊಲ ಮತ್ತು ಸಿಂಹ 26
14. ನೆನಪಿರಲಿ 30
15. ಉಪ್ಪಿಟ್ಟಿಟ್ಟ ಮನೆಗೆ... 31
16. ನೆನಪಿರಲಿ 35
17. ಸ್ವಾಮೀಜಿ ನೀಡಿದ ಧೈರ್ಯ 36
18. ನೆನಪಿರಲಿ 39
19. ಮಂತ್ರಿ ಮಂಗಪ್ಪ ಕಡೆಗೂ ಬದುಕಿಬಿಟ್ಟ 40
20. ನೆನಪಿರಲಿ 43
21. ರಾಮಾಚಾರಿ, ಪುಟ್ಟಂಜ ಮತ್ತು ಉಪ್ಪಿಟ್ಟು 44
22. ನೆನಪಿರಲಿ 48

• v •

ಮುನ್ನುಡಿ

ಉಪ್ಪಿಟ್ಟು ಮಾಡದ ಹೆಂಗಸರಿಲ್ಲ. ಉಪ್ಪಿಟ್ಟು ತಿನ್ನದ ಗಂಡಸರಿಲ್ಲ.
ಮಗು ಹುಟ್ಟಿದ ಖುಷಿಯ ದಿನವೂ ಉಪ್ಪಿಟ್ಟು ಬೇಕು. ಅವ ಸತ್ತ ದಿನವೂ ಉಪ್ಪಿಟ್ಟು ಬೇಕು. ಹೆಣ್ಣು ನೋಡುವಾಗಲೂ ಉಪ್ಪಿಟ್ಟೇ. ಮದುವೆಗೂ ಉಪ್ಪಿಟ್ಟೇ. ಏಕಾದಶಿ ಉಪವಾಸಕ್ಕೂ ಉಪ್ಪಿಟ್ಟೇ. ಮನೆ ತುಂಬಾ ನೆಂಟರು ಬಂದಾಗಲೂ ಉಪ್ಪಿಟ್ಟೇ. ಒಟ್ಟಿನಲ್ಲಿ, ಜಾತಿ, ಮತ, ಧರ್ಮ ಬೇಧವಿರದ ಪ್ರಪಂಚದ ಏಕೈಕ ತಿಂಡಿ ಉಪ್ಪಿಟ್ಟು. ಇದು ತಿಂಡಿಗೂ ಸೈ. ಊಟಕ್ಕೂ ಸೈ.ದೂರ ಪ್ರಯಾಣವಿದ್ದಾಗ ಡಬ್ಬಿಗೂ ಸೈ. ಅರ್ಜೆಂಟ್ ಬಸ್ಸಿಗೆ ಹೋರಾಡಬೇಕಾದಾಗ ತಿನ್ನಲೂ ಸೈ.

ವಿವಿಧತೆಯಲ್ಲಿ ಏಕತೆಯನ್ನು ಪ್ರಪಂಚಕ್ಕೆ ಸಾರಿದ ಉಪ್ಪಿಟ್ಟಿನಂತಹ ಅದ್ಭುತ ವಸ್ತು ಮತ್ತೊಂದಿಲ್ಲ. ಆ ಅರ್ಥದಲ್ಲಿ ನೋಡಿದರೆ ಉಪ್ಪಿಟ್ಟು ಒಬ್ಬ ಸಮಾಜ ಸುಧಾರಕನಿಗೆ ಸಾಟಿಯಾಗಿ ನಿಲ್ಲಬಲ್ಲಂತಹುದು.
ಅಯ್ಯೋ! ಇವತ್ತೂ ಉಪ್ಪಿಟ್ಟಾ? ಎಂದು ಮೂಗು ಮುರಿದರೂ ಕೂಡ, ಯಾರ ಅಪಮಾನಕ್ಕೂ ಹೆದರದೆ, ಜಗ್ಗದೇ, ಕುಗ್ಗದೇ ಇಂದಿಗೂ ತನ್ನ ಅಸ್ತಿತ್ವವನ್ನು ಉಳಿಸಿಕೊಂಡಿದೆಯೆಂದರೆ ಉಪ್ಪಿಟ್ಟಿನ ಘನತೆ ಎಂತಹುದು ಎಂಬುದು ನಮಗೆ ಅರ್ಥವಾಗುತ್ತೆ.

ಉಪ್ಪಿಟ್ಟು ಮಾಡಿಟ್ಟುಕೊಂಡು ರಾಮನಿಗಾಗಿ ಕಾದ ಶಬರಿ, ಲಕ್ಷ್ಮಣ ಮೂರ್ಛೆ ಹೋದಾಗ ಬೆಂಗಳೂರಿಗೆ ಹಾರಿ ಬಂದು, ಇಲ್ಲಿಂದ ಉಪ್ಪಿಟ್ಟು ತೆಗೆದುಕೊಂಡು ಹೋಗಿ ಲಕ್ಷ್ಮಣನಿಗೆ ತಿನ್ನಿಸಿ ಅವನನ್ನು ಬದುಕಿಸಿದ ಹನುಮ, ಪುತ್ರಕಾಮೇಷ್ಟಿ ಯಾಗ ಮಾಡಿದಾಗ, ದಶರಥನಿಗೆ ಪ್ರತ್ಯಕ್ಷನಾಗಿ ಉಪ್ಪಿಟ್ಟಿನ ಡಬ್ಬಿಯನ್ನು ಕೊಟ್ಟು, ಆ ಉಪ್ಪಿಟ್ಟನ್ನು ಮೂರೂ ಜನ ಹೆಂಡತಿಯರಿಗೆ ತಿನ್ನಿಸಲು ಹೇಳಿದ ಅಗ್ನಿ, ಸಮುದ್ರ ಮಥನವಾದಾಗ ಹುಟ್ಟಿದ ಉಪ್ಪಿಟ್ಟನ್ನು ಹಂಚಲು ಮೋಹಿನಿ ರೀತಿ ವೇಷ ಹಾಕಿ ಬಂದ ವಿಷ್ಣು - ಹೀಗೆಯೇ ನೂರಾರು ಪುರಾಣ ಕತೆಗಳು ಈ ಉಪ್ಪಿಟ್ಟಿನ ಘನತೆಗೆ ಇಂದಿಗೂ ಸಾಕ್ಷಿಯಾಗಿ ನಿಂತಿವೆ.

ಅಷ್ಟೇ ಅಲ್ಲ ಬೆಳಿಗ್ಗೆ ಹಾಸಿಗೆಯಿಂದ ಎದ್ದಾಗಲೂ ಕೂಡ ನಾವೆಲ್ಲಾ ಹೇಳುವ ಶ್ಲೋಕ

ಉಪ್ಪಿಟ್ಟು ಉಪ್ಪಿಟ್ಟು ಗೋವಿಂದ |
ಉಪ್ಪಿಟ್ಟು ಗರುಢಧ್ವಜ ||
ಉಪ್ಪಿಟ್ಟು ಕಮಲಾಕಾಂತ |
ಉಪ್ಪಿಟ್ಟು ಮಂಗಳಂ ಕುರು ||

ಮುನ್ನುಡಿ

ಎಲ್ಲರಿಗೂ ತಿಳಿದೇ ಇದೆ

ಹಾ, ಅಂದ ಹಾಗೆ, ಈ ಪುಸ್ತಕದಲ್ಲಿ ಬರೆದಿರುವ ಎಲ್ಲಾ ರೀತಿಯ ಪಾತ್ರಗಳೂ, ಸನ್ನಿವೇಶಗಳೂ ಹಾಗೂ ಬರಹಗಳೂ ಕೇವಲ ಕಾಲ್ಪನಿಕ.

ಇನ್ನೇಕೆ ತಡ? ಉಪ್ಪಿಟ್ಟಿನ ಸವಿಯನ್ನು ಸವಿಯಿರಿ. ಉಪ್ಪಿಟ್ಟೇಶ್ವರ ಕಟಾಕ್ಷ ಸಿದ್ಧಿರಸ್ತು!!!

ದಯವಿಟ್ಟು ಓದಿ, ಮಿಸ್ ಮಾಡದೇ ತಮ್ಮ ಅಭಿಪ್ರಾಯಗಳನ್ನು ನನಗೆ ಈ-ಮೈಲ್ ಮಾಡಿ :

ನಿಮ್ಮವ,
ಟಿಎನ್ನೆಸ್
tn_suresh@yahoo.co.in
www.suresharao.com

1

ಭಕ್ತ ಪ್ರಹ್ಲಾದ

ಹಿಂದೆ ವೈಕುಂಠದ ದ್ವಾರಪಾಲಕರಾದ ಜಯ-ವಿಜಯರು ಒಬ್ಬರಿಗೊಬ್ಬರು ಕಷ್ಟ ಸುಖ ಮಾತಾಡುತ್ತಾ ಕುಳಿತಿದ್ದರು.

ಜಯ ಹೇಳಿದ - ನಮಸ್ಕಾರ ಕಣಣ್ಣೋ. ತಿಂಡಿ ಆಯ್ತಾ?

ವಿಜಯ - ಹಾ. ಆಯಿತು. ತುಂಬಾ ತುಪ್ಪ ಹಾಕಿ, ಒಳ್ಳೆ ಅವರೇಕಾಳು ಉಪ್ಪಿಟ್ಟು ಮಾಡಿದ್ರು ಮನೇಲಿ ನಿಮ್ಮ ಅತ್ತಿಗೆ.

ಜಯ - ಅವರೇಕಾಳು ಉಪ್ಪಿಟ್ಟಾ? ನನಗೆ ಅವರೇಕಾಳು ಉಪ್ಪಿಟ್ಟು ಅಂದ್ರೆ ತುಂಬಾ ಇಷ್ಟ..ಇವತ್ತು ನಮ್ಮನೇಲಿ ತರಕಾರಿ ಉಪ್ಪಿಟ್ಟು.

ವಿಜಯ - ಪರವಾಗಿಲ್ಲ ಬಿಡು ಜಯ. "ಲಂಚ್ ಬಾಕ್ಸ್ ಗೆ ಸ್ವಲ್ಪಜಾಸ್ತೀನೆ ಹಾಕಿಕೊಡು. ಅವರೇಕಾಳು ಉಪ್ಪಿಟ್ಟು ಜಯನಿಗೆ ತುಂಬಾ ಇಷ್ಟ ಅಂತ ನನ್ನ ಶ್ರೀಮತಿಗೆ ಹೇಳಿ ಡಬ್ಬಿಗೆ ಸ್ವಲ್ಪ ಹೆಚ್ಚಾಗೇ ಹಾಕಿಸಿಕೊಂಡು ಬಂದಿದ್ದೇನೆ. ಇದರಲ್ಲೇ ಹಂಚಿಕೊಂಡು ತಿನ್ನೋಣ."

ಈ ರೀತಿ ಜಯ-ವಿಜಯರು ಮಾತಾಡುತ್ತಿದ್ದಾಗ ಶೇಷಶಯನನಾಗಿ ಪವಡಿಸುತ್ತಿರುವ ಶ್ರೀ ಹರಿಯ ದರ್ಶನಾರ್ಥವಾಗಿ ಸನಕಾದಿ ಮಹರ್ಷಿಗಳು ವೈಕುಂಠಕ್ಕೆ ದಯಮಾಡಿಸಿದರು. ಬಂದಂತಹ ಮಹರ್ಷಿಗಳನ್ನು ದ್ವಾರದಲ್ಲೇ ತಡೆಹಿಡಿದ ಜಯ-ವಿಜಯರು, ಭಗವಂತನು ಯೋಗನಿದ್ರಾವಸ್ಥೆಯಲ್ಲಿ ಇರುವುದಾಗಿಯೂ, ಸಂಜೆ ಕಾಫಿ ಸಮಯಕ್ಕಿಂತ ಮುಂಚೆ ವಿಸಿಟರ್ಸ್ ಯಾರನ್ನೂ ಒಳಬಿಡದಂತೆಯೂ ಅಪ್ಪಣೆ ನೀಡಿದ್ದಾರೆ. ಈಗೇನಾದರೂ ನಾವು ನಿಮ್ಮನ್ನು ಒಳಗೆ ಹೋಗಲು ಬಿಟ್ಟೇವಾದರೆ, ನಾವಿಬ್ಬರೂ ವಚನಭ್ರಷ್ಟರಾದೇವು. ಹರಿಯ ಕೋಪಕ್ಕೂ ಈಡಾಗಬೇಕಾದೀತು. ಈಗಾಗಲೇ ಕರೋನ ಸಂಕಷ್ಟದಿಂದಾಗಿ

ಕಾಸ್ಟ್ ಕಟಿಂಗ್ ಗಾಗಿ ಲೋ ಪರಿಫಾರ್ಮೆನ್ಸ್ ಎಂಬ ನೆಪವೊಡ್ಡಿ ಎಲ್ಲರನ್ನೂ ಕೆಲಸದಿಂದ ತೆಗೆದುಹಾಕುತ್ತಿದ್ದಾರೆ. ಅಂತಹ ಪರಿಸ್ಥಿತಿಯಲ್ಲಿ ಭಗವಂತನ ಅಪ್ಪಣೆಯನ್ನು ಮೀರಿ ನಿಮ್ಮನ್ನು ಒಳಗೆ ಬಿಟ್ಟಿದ್ದೆ ಆದರೆ HR ನಮ್ಮ ಮೇಲೆ ಕ್ರಮ ಕೈಗೊಳ್ಳಲು ನಾವೇ ಅವಕಾಶ ಮಾಡಿಕೊಟ್ಟಂತಾಗುತ್ತದೆ. ಹಾಗಾಗಿ ದಯವಿಟ್ಟು ಸಹಕರಿಸಿ. ವಿ ಆರ್ ಹೆಲ್ಪ್‌ಲೆಸ್ .ಹಾಗಾಗಿ ಈಗ ಮನೆಗೆ ಹೋಗಿ ಲಂಚ್ ಮುಗಿಸಿಕೊಂಡು ಸಂಜೆ ಕಾಫಿ ಸಮಯಕ್ಕೆ ಬನ್ನಿ ಎಂದು ದೈನ್ಯವಾಗಿ ಮಹರ್ಷಿಗಳಲ್ಲಿ ವಿನಂತಿಸಿದರು.

ಜಯ ವಿಜಯರ ಮನವಿಯಿಂದಾಗಿ ಮಹರ್ಷಿಗೆ ಕೋಪ ಬಂತು. ಸಂಪತ್ತಿಗೆ ಸವಾಲ್ ಚಿತ್ರದಲ್ಲಿ ರಾಜಕುಮಾರ್ ರನ್ನು ಕಂಡೊಡನೆ ವಜ್ರಮುನಿ ಕೋಪಗೊಳ್ಳುವ ರೀತಿ ಕಣ್ಣುಗಳು ಕೆಂಡದ ಉಂಡೆಯಂತಾಯ್ತು. “ಎಲವೋ ದ್ವಾರಪಾಲಕರೇ, ಮಹರ್ಷಿಗಳನ್ನೇ ತಡೆಯುವಿರಾ? ಭಗವಂತನ ದರ್ಶನಕ್ಕೆ ನಮಗೆ ಟ್ವೆಂಟಿ ಫೋರ್ ಬೈ ಸೆವೆನ್ ಅವಕಾಶವಿದೆ. ಆದರೂ ನಮ್ಮನ್ನು ತಡೆದು ನೀವು ಅಪಮಾನ ಮಾಡಿದ್ದೀರಿ. ನಿಮ್ಮ ಈ ತಪ್ಪಿಗೆ ನಿಮಗೆ ಶಿಕ್ಷೆ ನೀಡಲೇ ಬೇಕು. ಮಹರ್ಷಿಗಳಾದ ನಮ್ಮ ಮೇಲೆಯೇ ಆಟಿಟ್ಯೂಡ್ ತೋರಿಸಿದ ತಪ್ಪಿಗೆ ನೀವು ಭೂಲೋಕದಲ್ಲಿ ಜನಿಸುವಂತಾಗಲಿ” ಎಂದು ಶಾಪವನ್ನಿತ್ತರು.

ಮಹರ್ಷಿಗಳ ಶಾಪದಿಂದ ಚಿಂತಾಕ್ರಾಂತರಾದ ಜಯ-ವಿಜಯರು ನೇರ ಶ್ರೀಮನ್ನಾರಾಯಣನ ಮೊರೆ ಹೋಗಿ, “ರಕ್ಷಿಸೆಮ್ಮನು ಭಗವಂತ. ತಿಳಿದೋ ತಿಳಿಯದೆಯೋ ಮಾಡಿದ ಪಾಪಕ್ಕೆ ಇಷ್ಟು ದೊಡ್ಡ ಶಿಕ್ಷೆಯೇ? ವೈಕುಂಠದಲ್ಲಿ ನಿನ್ನ ಪಾದಸೇವೆಯನ್ನು ಬಿಟ್ಟಿರಲಾರೆವು. ಭೂಲೋಕದಲ್ಲಿ ಜನಿಸಿರೆಂದು ಮುನಿಗಳು ಶಾಪವನ್ನಿತ್ತಿದ್ದಾರೆ. ಭೂಲೋಕದಲ್ಲಿ ಉಪ್ಪಿಟ್ಟು ಸಿಗುವುದೋ ಇಲ್ಲವೋ ಎಂಬ ಚಿಂತೆಯುಂಟಾಗಿದೆ. ನಮ್ಮ ತಪ್ಪಿನ ಅರಿವಾಗಿದೆ. ಭೂಲೋಕದಲ್ಲಿ ಅಮೃತಸಮಾನವಾದ ಉಪ್ಪಿಟ್ಟು ಸಿಗುವುದಿಲ್ಲ ಎಂದು ನಾರದ ಮಹಾಮುನಿಗಳಿಂದ ಕೇಳಿ ತಿಳಿದಿದ್ದೇವೆ. ಅಲ್ಲಿ ಹೋಗಿ ನಾವು ತಿನ್ನುವುದಾದರೂ ಏನನ್ನು? ಚಿತ್ರಾನ್ನ, ಮೊಸರನ್ನ, ಬಿಸಿಬೇಳೆಬಾತು, ಪುಳಿಯೋಗರೆಗಳನ್ನೇ? ಇವಾವೂ ಉಪ್ಪಿಟ್ಟಿಗೆ ಸಾಟಿಯಿಲ್ಲ. ಸಿಹಿಯಾದ ಒಬ್ಬಟ್ಟಿರಲಿ, ಗರಿ ಗರಿ ನಿಪ್ಪಟ್ಟಿರಲಿ, ಸವಿಯಾದ ಉಪ್ಪಿಟ್ಟಿಗೆ ಸ್ಪರ್ಧೆ ನೀಡಲಾರವು ಪ್ರಭೂ. ದಯಮಾಡಿ ನಮ್ಮೀ ಅಪರಾಧವನ್ನು ಮನ್ನಿಸಿ, ವಿಶಾಪವನ್ನು ಕೊಡು” ಎಂದು ಭಗವಂತನ ಕಾಲು ಹಿಡಿದರು.

ದಯಾಮಯಿಯಾದ ನಾರಾಯಣನು ಯೋಗನಿದ್ರೆಯಿಂದ ಎಚ್ಚೆತ್ತು, ಒಮ್ಮೆ ನಸು ನಕ್ಕು ಹೇಳಿದ – “ಜಯ ವಿಜಯರೇ! ಸದಾ ನನ್ನ ಸೇವೆಯನ್ನು ಮಾಡುತ್ತಾ,

ವೈಕುಂಠದಲ್ಲೇ ಇದ್ದರೂ, ನಿಮ್ಮಿಂದ ಅಹಂಕಾರವನ್ನು ಗೆಲ್ಲಲಾಗಲಿಲ್ಲ. ಕಾಮ ಕ್ರೋಧ ಗಳೆಂಬ ಅರಿಷಡ್ವರ್ಗಗಳ ಮಾಯೆಗೆ ಒಳಗಾದಿರಲ್ಲ? ಅದು ಒತ್ತಟ್ಟಿಗಿರಲಿ. ನನ್ನ ಭಕ್ತರು ನನಗಿಂತಲೂ ದೊಡ್ಡವರು. ಅವರು ಕೊಟ್ಟ ಶಾಪವನ್ನು ನನ್ನಿಂದ ವಿಮೋಚನೆ ಮಾಡಲಾಗದು. ಆದರೆ ಸದಾ ನನ್ನ ಸೇವೆಯನ್ನೇ ಮಾಡುವ ನಿಮಗೆ ನಾನೊಂದು ಒಳ್ಳೆಯ ಡಿಸ್ಕೌಂಟ್ ಆಫರ್ ಅನ್ನು ಮಾತ್ರ ಕೊಡಬಲ್ಲೆ. ಏಳು ವರ್ಷ ಭೂಲೋಕದಲ್ಲಿ ಉಪ್ಪಿಟ್ಟಿನ ಮಿತ್ರರಾಗಿದ್ದುಕೊಂಡು ನನ್ನ ಸನ್ನಿಧಿಗೆ ಬರುತ್ತೀರೋ, ಅಥವಾ ಮೂರು ವರ್ಷ ಉಪ್ಪಿಟ್ಟಿನ ದ್ವೇಷಿಗಳಾದ್ದುಕೊಂಡು ಮತ್ತೆ ಇಲ್ಲಿಗೆ ಬರುತ್ತೀರೋ ಯೋಚಿಸಿ ಹೇಳಿ."

ಒಡನೆಯೇ, ಪರಮಾತ್ಮನ ಪಾದ ಹಿಡಿದು ಜಯ ವಿಜಯರು ಅಳುತ್ತಾ ಹೇಳುತ್ತಾರೆ - "ಭಗವಂತಾ! ಏಕೆ ನಮಗೀ ಶಿಕ್ಷೆ? ವೈಕುಂಠದ ಉಪ್ಪಿಟ್ಟಿನ ಸವಿಯನ್ನು ಮರೆತು ಏಳು ವರ್ಷ ಇರುವುದೇ? ಖಂಡಿತ ಇಲ್ಲ. ಉಪ್ಪಿಟ್ಟನ್ನು ದ್ವೇಷ ಮಾಡುತ್ತಿದ್ದರೂ ಕೂಡ, ಆಗಲೂ ಕೂಡ ಉಪ್ಪಿಟ್ಟಿನ ಹೆಸರನ್ನು ಹೇಳುತ್ತಾ ಇರುತ್ತೇವಲ್ಲ? ಹಾಗಾಗಿ ಮೂರೇ ವರ್ಷಗಳು ಸಾಕು."

ಭಗವಂತ ಒಮ್ಮೆ ನಕ್ಕು, "ಹಾಗೆಯೇ ಆಗಲಿ. ಎಂದು ನೀವು ಭೂಲೋಕದಲ್ಲಿ ಉಪ್ಪಿಟ್ಟನ್ನು ಸವಿಯುತ್ತೀರೋ ಅಂದೇ ನಿಮ್ಮ ಶಾಪ ವಿಮೋಚನೆ. ತಥಾಸ್ತು" ಎಂದು ಅಭಯವನ್ನಿತ್ತ.

ಹಿರಣ್ಯಾಕ್ಷ - ಹಿರಣ್ಯಕಶಿಪು ಎಂಬ ಹೆಸರಿನಿಂದ ಹುಟ್ಟಿದ ಜಯವಿಜಯರು ಮೂರು ಲೋಕಗಳನ್ನೂ ಪೀಡಿಸುತ್ತಾ ಇರುವಾಗ ಹಿರಣ್ಯಾಕ್ಷನ ವಧೆಯೂ ಆಯಿತು. ಸಹೋದರನ ನಿಧನವಾರ್ತೆಯನ್ನು ಕೇಳಿದ ಹಿರಣ್ಯಕಶಿಪು ಬ್ರಹ್ಮದೇವನನ್ನು ಕುರಿತು ತಪಸ್ಸು ಮಾಡಿ, ಇನ್ನೂ ಹೆಚ್ಚಿನ ಶಕ್ತಿಯನ್ನು ಸಂಪಾದಿಸಿ, ಅಜೇಯನಾಗಿ, ಮೂರು ಲೋಕಗಳನ್ನೂ ಗೆದ್ದು ಬೀಗುತ್ತಿದ್ದನು.

ಹಿರಣ್ಯಕಶಿಪುವಿನ ಮಗ ಪ್ರಹ್ಲಾದನಾದರೋ, ಮಹಾನ್ ಉಪ್ಪಿಟ್ಟುಪ್ರೇಮಿ. ಸದಾ ಉಪ್ಪಿಟ್ಟಿನದೇ ಧ್ಯಾನ. ಮಗನ ಉಪ್ಪಿಟ್ಟಿನ ಮೇಲಿನ ಮಮತೆ ಹಿರಣ್ಯಕಶಿಪುವನ್ನು ಇನ್ನೂ ವ್ಯಗ್ರನನ್ನಾಗಿಸಿತ್ತು.

ಗುರುಕುಲದಲ್ಲಿ ಗುರುಗಳು ಹೇಳಿಕೊಡುವುದೇ ಒಂದಾದರೆ ಪ್ರಹ್ಲಾದ ಹೇಳುತ್ತಿದ್ದುದ್ದೇ ಬೇರೆಯಾಗಿತ್ತು

ಎಫಾರ್ಆಪಲ್

ಬಿಫಾರ್ಬಾಲ್

ಸೀಫಾರ್ಕ್ಯಾಟ್

ಎಂದು ಗುರುಗಳು ಹೇಳಿಕೊಟ್ಟರೆ, ಪ್ರಹ್ಲಾದ ಹೇಳುತ್ತಿದ್ದು ಹೀಗಿತ್ತು -

ಎಫಾರ್‌ಅವರೇಕಾಳುಉಪ್ಪಿಟ್ಟು

ಬಿಫಾರ್‌ಬಟಾಣಿಉಪ್ಪಿಟ್ಟು

ಸೀಫಾರ್‌ಕ್ಯಾಪ್ಸಿಕಂಉಪ್ಪಿಟ್ಟು

ಡೀಫಾರ್‌ದೊಡ್ಡರವೇಉಪ್ಪಿಟ್ಟು

ಈಫಾರ್‌ಈರುಳ್ಳಿಉಪ್ಪಿಟ್ಟು...

ಹೀಗೆ ಸಾಗುತ್ತಿತ್ತು ಪ್ರಹ್ಲಾದನ ವಿದ್ಯಾಭ್ಯಾಸ.

"ಪ್ರಹ್ಲಾದನ ಈ ಉಪ್ಪಿಟ್ಟಿನ ಪ್ರೀತಿಯನ್ನು ನಮ್ಮಿಂದ ಅಳಿಸಲು ಸಾಧ್ಯವಿಲ್ಲ" ಎಂದು ಗುರುಗಳೇ ಬಂದು ಹಿರಣ್ಯಕಶಿಪುವಿನ ಮುಂದೆ ಸೋಲೊಪ್ಪಿಕೊಂಡರು.

"ಎಲ್ಲಿದೆಯೋ ಆ ನಿನ್ನ ಪ್ರೀತಿಯ ಉಪ್ಪಿಟ್ಟು?" ಎಂದು ಹಿರಣ್ಯಕಶಿಪು ಅಬ್ಬರಿಸಿದನು.

"ಎಲ್ಲೆಲ್ಲಿಯೂ ಇದೆ ತಂದೆ. ಇಡೀ ದೇಶದಲ್ಲಿ ಉಪ್ಪಿಟ್ಟು ಮಾಡದ ಮನೆಗಳಿಲ್ಲ. ಉಪ್ಪಿಟ್ಟು ಮಾಡದ ಸ್ತ್ರೀಯರಿಲ್ಲ. ಉಪ್ಪಿಟ್ಟು ತಿನ್ನದ ಪುರುಷರಂತೂ ಇಲ್ಲವೇ ಇಲ್ಲ. ವೀಕೆಂಡ್ ಅಂದರೂ ಉಪ್ಪಿಟ್ಟೇ ಬೇಕು. ಮದುವೆಗೆ ಹೆಣ್ಣು ನೋಡುವಾಗಲೂ ಆ ಮನೆಯಲ್ಲಿ ಉಪ್ಪಿಟ್ಟು ಇರುವುದು. ಮದುವೆ ಮನೆಯಲ್ಲೂ ಉಪ್ಪಿಟ್ಟು ಇರುವುದು. ಸಾವಿನ ಮನೆಯಲ್ಲೂ ಉಪ್ಪಿಟ್ಟು ಇರುವುದು. ಏಕಾದಶಿ ಉಪವಾಸದಲ್ಲೂ ಉಪ್ಪಿಟ್ಟು ಇರುವುದು. ಈ ಉಪ್ಪಿಟ್ಟನ್ನು ಕೆಲವರು ಉಪ್ಪಿಟ್ಟು ಎಂದು ಹೇಳುತ್ತಾರೆ. ತೆಲುಗಿನವರು ಉಪಮಾ ಎನ್ನುತ್ತಾರೆ. ಮತ್ತೂ ಕೆಲವರು ಖಾರ ಬಾತ್ ಎನ್ನುತ್ತಾರೆ. ತಮಿಳಿನ ಜನರು ಇದನ್ನು ಖಿಚಡಿ ಎನ್ನುತ್ತಾರೆ. ಹೀಗೆ ನಾನಾವಿಧಗಳ ಹೆಸರಿನಿಂದ ಕರೆಯಲ್ಪಡುವ ಉಪ್ಪಿಟ್ಟು ಮನೆಮನೆಗಳಲ್ಲೂ ಇರುವುದು. ಉಪ್ಪಿಟ್ಟಿರದ ಮನೆಯಿಲ್ಲ. ಬೇರೆ ಎಲ್ಲಾ ಮಿಥ್ಯ. ಉಪ್ಪಿಟ್ಟೊಂದೇ ಸತ್ಯ" ಎಂದು ಪ್ರಹ್ಲಾದ ನಗುತ್ತಾ ಹೇಳಿದ.

"ಎಲೆಲವೋ, ನನ್ನ ಮುಂದೆಯೇ ಉಪ್ಪಿಟ್ಟನ್ನು ಹೊಗಳಿ ಮಾತನಾಡುವೆಯಾ ಅವಿವೇಕಿ. ಈ ಅರಮನೆಯಲ್ಲಿ ಉಪ್ಪಿಟ್ಟು ಇರುವುದೇ?"

"ಇರುವುದು ತಂದೆ."

"ಎಲ್ಲಿ?"

"ಎಲ್ಲಿ ನೋಡಬೇಕೆಂದರೆ ಅಲ್ಲಿ."

"ಎಲ್ಲಿ ನೋಡಬೇಕೆಂದರೆ ಅಲ್ಲಿ! ಎಲ್ಲಿ ನೋಡಬೇಕೆಂದರೆ ಅಲ್ಲಿ!"

"ಅಡಿಗೆ ಮನೆಯಲ್ಲಿ ಇರುವುದೇ?"

"ಇರುವುದು ತಂದೆ."

ಹಾಗಾದರೆ ನೋಡು ಎಂದು ಅರಮನೆಯ ಪಾಕಶಾಲೆಗೆ ನುಗ್ಗಿ ಅಲ್ಲಿದ್ದ ಪಾತ್ರೆಯೊಂದರ ಮೇಲೆ ಮುಚ್ಚಿಟ್ಟಿದ ತಟ್ಟೆಯ ಮೇಲೆ ತನ್ನ ಗದೆಯಿಂದ ಒಮ್ಮೆ ಜೋರಾಗಿ ಬೀಸಿದ. ಅಷ್ಟೇ ಆ ಪಾತ್ರೆಯ ತುಂಬಾ ಉಪ್ಪಿಟ್ಟು. ಆ ಉಪ್ಪಿಟ್ಟನ್ನು ಕಂಡೊಡನೆ – "ಭಲಾ ಕುಮಾರ! ಭಲಾ! ಉಪ್ಪಿಟ್ಟನ್ನು ನೋಡಬೇಕೆಂದು ಎಲ್ಲೆಲ್ಲೋ ಹುಡುಕುತ್ತಿದ್ದೆ. ಆದರೆ ನೀನು ನಿಂತೆಡೆಯೇ, ನನ್ನ ಅರಮನೆಯಲ್ಲೇ ತೋರಿಸಿಬಿಟ್ಟೆ. ಈ ಉಪ್ಪಿಟ್ಟು ಇಲ್ಲಿದ್ದರೆ ತಾನೇ ನೀನಿದನ್ನು ಇಷ್ಟ ಪಡುವುದು? ಇದಿಷ್ಟನ್ನೂ ನಾನೊಬ್ಬನೇ ತಿಂದು ಖಾಲಿ ಮಾಡಿಬಿಡುವೆ ನೋಡು" ಎಂದು ಆ ಪಾತ್ರೆಯಲ್ಲಿದ್ದ ಅಷ್ಟೂ ಉಪ್ಪಿಟ್ಟನ್ನು ತಿಂದು ಮುಗಿಸಿದ. ಉಪ್ಪಿಟ್ಟು ತಿಂದೊಡನೆ ಭಗವಂತ ಕೊಟ್ಟಿದ್ದ ವಿಶಾಪದಂತೆ ಹಿರಣ್ಯಕಶಿಪುವಿಗೆ ಶಾಪ ವಿಮೋಚನೆಯಾಯ್ತು. ಅಂದಿನಿಂದ ಮೊದಲ್ಗೊಂಡು ಯಾರು ಈ ಉಪ್ಪಿಟ್ಟಿನ ಕತೆಯನ್ನು ಓದುವರೋ, ಕೇಳುವರೋ, ನಿತ್ಯ ಉಪ್ಪಿಟ್ಟಿನ ಸೇವನೆ ಮಾಡುವರೋ, ಅವರು ಇಹ ಲೋಕದಲ್ಲಿ ಸುಖವಾಗಿದ್ದು ಅಂತ್ಯದಲ್ಲಿ ವಿಷ್ಣುವಿನ ಕೃಪೆಗೆ ಪಾತ್ರರಾಗುತ್ತಾರೆ ಎಂಬ ಪ್ರತೀತಿ ಚಾಲ್ತಿಗೆ ಬಂತು.

2
ನೆನಪಿರಲಿ

ಆಡು ಮುಟ್ಟದ ಸೊಪ್ಪಿಲ್ಲ,
ಉಪ್ಪಿಟ್ಟು ಮಾಡದ ಹೆಂಡತಿಯಿಲ್ಲ

3

ಅವಳಿಲ್ಲದ ಊಟ

ನನ್ನ ಪ್ರೀತಿಯ ಒಬ್ಬಳೇ ಹೆಂಡತಿಯಾದ ನಿನಗೆ ಸಾವಿರ ಪ್ರೇಮದ ಮುತ್ತುಗಳು.

ನೀನೇನೋ ತವರುಮನೆಗೆ ಹೋಗಿ ನಿಮ್ಮಮ್ಮನ ಮನೆಯಲ್ಲಿ ತಿಂದುಂಡು ಕಾಲ ಕಳೆಯುತ್ತಿರುವೆ. ಆದರೆ ನೀನಿಲ್ಲದೆ ನನಗೆ ಊಟ ರುಚಿಸುತ್ತಿಲ್ಲ. ನಿದ್ರೆ ಬರುತ್ತಿಲ್ಲ. ಊಟ ತಿಂಡಿ ಇಲ್ಲದೇ ತುಂಬಾ ಒಣಕ್ಕೊಂದು ಹೋಗಿದೀನಿ. ಎಷ್ಟು ಒಣಕ್ಕೊಂದು ಹೋಗಿದೀನಿ ಅಂದ್ರೆ, ಹೊರಗೆ ಎಲ್ಲೇ ಹೋದರೂ ಸಹ ನನ್ನ ಸ್ನೇಹಿತರೆಲ್ಲ ವಣಕ್ಕಂ ವಣಕ್ಕಂ ಅಂತ ನಾನು ಒಣಕ್ಕೊಂದು ಹೋಗಿರೋದರ ಬಗ್ಗೆನೇ ವಿಚಾರಿಸ್ತಾ ಇದಾರೆ. ನೀನಿಲ್ಲದೆ ಇರೋ ಊಟ ಅದಿನ್ನೆಂತಹ ಊಟ ಅಂತ ನಿನ್ನೆ ಪೂರ್ತಿ ದಿನ ಅಡಿಗೇನೇ ಮಾಡಿರಲಿಲ್ಲ ನಾನು. ಹೋಟೆಲ್ ನಲ್ಲಿ ತಿಂದ್ಕೊಂಡು ಬಂದೆ. ಇವತ್ತು ಭಾನುವಾರ ರಜಾ. ಹಾಗಾಗಿ ಮನೇಲೇ ಇದ್ದೀನಿ. ಆದ್ರೂನೂ ನೀನಿಲ್ಲದ ಊಟ ಎಂಥಹ ಊಟ ಅಂತ ಅಡಿಗೆ ಮಾಡ್ಲಿಲ್ಲ.

ಏನೋ ಸ್ವಲ್ಪ ಟೊಮೇಟೊ, ಆಲೂಗಡ್ಡೆ, ಹುರುಳಿಕಾಯಿ, ಶುಂಠಿ, ಕ್ಯಾರೆಟ್ ಮತ್ತು ಹಾಗೇ ಸ್ವಲ್ಪ ಬಟಾಣಿ ಹಾಕಿ ಉಪ್ಪಿಟ್ಟು ಮಾಡ್ಕೊಂಡೆ. ಅದಕ್ಕೆ ಸ್ವಲ್ಪ ಕೊತ್ತಂಬರಿ ಸೊಪ್ಪು, ತುಪ್ಪ, ಕಾಯಿ ತುರಿ ಹಾಕ್ಕೊಂಡು ತಿನ್ನೋಣ ಅಂದ್ಕೊಂಡೆ. ನೆಂಚಿಕೊಳ್ಳೋಕೆ ಪ್ರಿಯಾ ಉಪ್ಪಿನಕಾಯಿ ಹೇಗೂ ಮನೇಲಿ ಇದೆ. ಹಾಗೇ ನೀನಿಲ್ಲದೆ ಇರೋ ಎಂತಾ ಊಟ ಅಲ್ವಾ? ಉಪ್ಪಿಟ್ಟನ್ನು ಹಾಗೇ ತಿನ್ನೋಕೆ ಮನಸಾಗಲಿಲ್ಲ. ಹಾಗಾಗಿ ಆಲೂಗಡ್ಡೆ ಬೋಂಡಾ ಮಾಡ್ಕೊಂಡೆ. ಲೈಟ್ ಆಗಿ ಮಳೆ ಬೇರೆ ಬರ್ತಿದೆ. ಹೇಗೂ ಕಡ್ಲೆ ಹಿಟ್ಟು ಕಲ್ಸಿದೀನಿ ಅಂತ ಒಂದೆರಡು ಮೆಣಸಿನಕಾಯಿ ಬಜ್ಜಿ ಮಾಡ್ಕೊಂಡೆ. ಇನ್ನು ... ಬೋಂಡ ಮಾಡಿದ ಎಣ್ಣೆ ಇನ್ನೂ ಸ್ವಲ್ಪ ಬಿಸಿ ಇತ್ತಲ್ವಾ ಅಂತ ಅದಕ್ಕೆ ಎರಡು ಹಪ್ಪಳ ಹಾಕಿ ಹಪ್ಪಳ ಕರ್ಕೊಂಡೆ.

ಬೆಳಿಗ್ಗೆ ತಂದಿದ್ದ ಬೂಂದಿ, mixture ಸ್ವಲ್ಪ ಇತ್ತು ಅಂತ ಅದುನ್ನೇ ನೆಂಚಿಕೊಂಡು ತಿನ್ನೋಣ ಅಂದ್ಕೊಂಡೆ. ಆದ್ರೆ ನೀನಿಲ್ದೆ ಇರೋ ಊಟ ಅದೂ ಉಪ್ಪಿಟ್ಟು ಬೇರೆ. ತಿಂದ್ರೆ ಬಾಯಾರಿಕೆ ಜಾಸ್ತಿ ಆಗುತ್ತಲ್ವಾ? ಹಾಗಾಗಿ ಚಿಕ್ಕದು ಪೆಪ್ಸಿ ಕ್ಯಾನ್ ತಗೊಂಡು ಬಂದೆ. ನಿನಗೆ ಕೊಟ್ಟ ಮಾತಿನಂತೆ ಒಬ್ನೇ ಇದ್ದೀನಿ ಅಂತ ನಾನು ಬಿಯರ್ ಕುಡೀತ ಇಲ್ಲ. ಬರೇ ವಿಸ್ಕಿ ಮಾತ್ರ ಕುಡೀತಾ ಇದೀನಿ ಇದೇ ಸಾಕ್ಷಿ ನಿನ್ನ ನಾನು ಎಷ್ಟು ಪ್ರೀತಿ ಮಾಡ್ತೀನಿ ಅಂತಾ. ನೀನಿಲ್ಲದೆ ನನಗೆ ತಿಂಡಿ ಊಟ ಸೇರ್ತಾ ಇಲ್ಲ. ತುಂಬಾ ಒಣಕ್ಕೊಂದು ಹೋಗಿದೀನಿ. ನಿನ್ನದೇ ಚಿಂತೆ ಮಾಡ್ತಾ ಇದ್ದೀನಿ. ಈ ಕಾಗದ ಕಂಡ ತಕ್ಷಣ ವೆರಿ ನೆಕ್ಸ್ಟ್ ಬಸ್ ಹತ್ಕೊಂಡು ಬಂದ್ಬಿಡು ಪ್ಲೀಸ್.

ಹಾ.. ಅಂದ ಹಾಗೆ ಬರೋಕೆ ಮುಂಚೆ ನಂಗೆ ಫೋನ್ ಮಾಡಿ ಇಂತಾ ದಿನ ಬರ್ತಾ ಇದ್ದೀನಿ ಅಂತ ಹೇಳ್ಬಿಟ್ಟು ಬಾ. ನಂಗೆ ಸರ್ಪ್ರೈಸ್ ಕೊಡ್ಬೇಕು ಅಂತ ನೀನೇನಾದ್ರೂ ಹೇಳ್ದೆ ಕೇಳ್ದೆ ಬಂದ್ಬಿಟ್ರೆ ಆಮೇಲೆ ಇಲ್ಲಿ ನಡೀತಿರೋದನ್ನ ನೋಡಿ ನೀನು ಸರ್ಪ್ರೈಸ್ ಆಗ್ಬಿಡ್ತೀಯ. ಇಂತಿ ನಿನ್ನ ಬರುವಿಕೆಯನ್ನೇ ಎದುರು ನೋಡ್ತಾ ಇರುವ ನಿನ್ನ ಗಂಡ.

4
ನೆನಪಿರಲಿ

ರಾಗಿಯನ್ನು ತಿಂದವನು ನಿರೋಗಿಯಾಗುವನು
ಅಕ್ಕಿಯನ್ನು ತಿಂದವನು ಹಕ್ಕಿಯಂತಾಗುವನು
ಉಪ್ಪಿಟ್ಟು ತಿಂದವನು ಎಕ್ಕುಟ್ಟಿ ಹೋಗುವನು

5
ಉಪಮಾಲಂಕಾರ

ನೂರಾರು ವರ್ಷಗಳ ಹಿಂದಿನ ಮಾತು. ರಾಷ್ಟ್ರ ಮಟ್ಟದ ಕವಿಗಳ ಸಮ್ಮೇಳನವೊಂದನ್ನು ಹೈದರಾಬಾದ್ ನಲ್ಲಿ ಆಯೋಜಿಸಲಾಗಿತ್ತು. ದೇಶದ ಮೂಲೆ ಮೂಲೆಗಳಿಂದ ಸಂಸ್ಕೃತ, ಕನ್ನಡ, ತೆಲುಗು, ಹಿಂದಿ ಮತ್ತು ತಮಿಳು ಭಾಷಾ ಪಂಡಿತರು ಹೈದರಾಬಾದಿಗೆ ಆಗಮಿಸಿದ್ದರು. ಕಾರ್ಯಕ್ರಮದ ಮುಖ್ಯ ಆಕರ್ಷಣೆ ಸಂಸ್ಕೃತ ಪಂಡಿತ ಕಾಶೀಪತಿರಾಯರು ಈ ಸಮ್ಮೇಳನಕ್ಕೆಂದೇ ದೂರದ ಕಾಶಿಯಿಂದ ನಡೆದು ಹೈದರಾಬಾದಿಗೆ ಬಂದಿದ್ದರು. ಅಂಗ, ವಂಗ, ಮಂಗ, ಕೊಂಗ ರಾಜ್ಯಗಳ ನೂರಾರು ಪಂಡಿತರು ಹೈದರಾಬಾದ್ ಕಡೆ ಪಯಣಿಸಿದ್ದರು. ಒಟ್ಟಿನಲ್ಲಿ ಹೈದರಾಬಾದ್ ನಗರ ಕಡ್ಲೆಕಾಯಿ ಪರಿಷೆಗೆ ಸಿಂಗಾರಗೊಂಡ ಬಸವನಗುಡಿಯಂತಾಗಿತ್ತು.

ದೂರದ ಕಾಶಿಯಿಂದ ಬಂದಿದ್ದ ಕಾಶೀಪತಿರಾಯರಿಗೆ ವಿಶೇಷ ಸತ್ಕಾರ ಏರ್ಪಡಿಸಲಾಗಿತ್ತು. ಹೈದರಾಬಾದ್ ನ ನಿಜಾಮ ದೊರೆಗಳೇ ಸ್ವತಃ ಕಾಳಜಿ ವಹಿಸಿ ಪ್ರತ್ಯೇಕ ಅತಿಥಿಗೃಹವನ್ನು ಕಟ್ಟಿಸಿ, ಕಾಶೀಪತಿರಾಜರ ಸೇವೆಗೆಂದೇ ವಿಶೇಷ ಸಖಿಯರನ್ನು ನೇಮಿಸಿದ್ದರು.

ಕಾಶೀಪತಿರಾಯರಂತೂ ಸಖಿಯರ ಸೇವೆಗೆ ಮನ ಸೋತಿದ್ದರು. ಅದರಲ್ಲೂ ಅವರ ಸಖಿ ಕಾಟನ್ ಕಮಲಾಕ್ಷಿ ಯಂತೂ ಕಾಶೀಪತಿಯವರಿಗೆ ತುಂಬಾ ಹಿಡಿಸಿದ್ದಳು.

"ದಯಮಾಡಿ ತಾವು ನಮ್ಮಂತಹ ಬಡವರ ಮನೆಗೆ ಬಂದು ನಮ್ಮ ಆಥಿತ್ಯ ವನ್ನು ಸ್ವೀಕರಿಸಲೇಬೇಕು" ಎಂಬ ಕಮಲಾಕ್ಷಿಯ ಒತ್ತಾಯಕ್ಕೆ ಮಣಿದು, ಅವಳ ಮನಸ್ಸನ್ನು ನೋಯಿಸಬಾರದೆಂದು ಕಮಲಾಕ್ಷಿಯ ಮನೆಗೆ ಹೊರಟರು

ಕಾಶೀಪತಿರಾಯರು.

ಕಮಲಾಕ್ಷಿಯ ಮನೆ ಇವರ ಬರುವಿಕೆಗಾಗಿ ವಿಶೇಷವಾಗಿ ಅಲಂಕೃತಗೊಂಡಿತ್ತು. ಬಾಗಿಲಿಗೆ ಕಟ್ಟಿದ್ದ ಮಾವಿನತೋರಣ, ಬಾಳೆ ಕಂಬಗಳು ಇವರಿಗೆ ಸ್ವಾಗತವನ್ನು ಕೋರಿತ್ತು. ಅಡಿಗೆ ಮನೆಯಿಂದ ತೂರಿಬರುತ್ತಿದ್ದ ಪಾಯಸ, ಒಬ್ಬಟ್ಟು ಗಳ ಆಸ್ವಾದ ಇವರ ಮೂಗಿಗೆ ಹಿತ ನೀಡುತ್ತಿತ್ತು. ಇವರು ನಡೆಯುವ ದಾರಿಗೆ ಮಲ್ಲಿಗೆ ಹೂವನ್ನು ಹಾಸಲಾಗಿತ್ತು.

ಕಾಟನ್ ಕಮಲಾಕ್ಷಿಯ ವಿಶೇಷ ಸತ್ಕಾರಕ್ಕೆ ಕಾಶೀಪತಿರಾಯರು ಮಾರುಹೋದರು. ಬಿಸಿ ಬಿಸಿ ನೀರಲ್ಲಿ ಕಾಲು ತೊಳೆದುಕೊಂಡು ತಮಗಾಗಿ ಮೀಸಲಿರಿಸಿದ್ದ ಆಸನದಲ್ಲಿ ಕುಳಿತರು. ಊಟಕ್ಕೆ ಇನ್ನೂ ಬಹಳ ಸಮಯವಿದೆಯಾದ್ದರಿಂದ ಫಲಾಹಾರಕ್ಕಾಗಿ ಆಗಮಿಸುವಂತೆ ಕಮಲಾಕ್ಷಿ ಪಂಡಿತರನ್ನು ಕರೆದಳು.

ಹಸಿರು ಬಾಳೆ ಎಲೆಯ ಮುಂದೆ ಕುಳಿತ ಪಂಡಿತರಿಗೆ ಬಿಸಿಬಿಸಿ ಅವರೇಕಾಳು ಉಪ್ಪಿಟ್ಟನ್ನು ಬಡಿಸಿದಳು ಕಾಟನ್ ಕಮಲಾಕ್ಷಿ. ಎಂದೂ ಉಪ್ಪಿಟ್ಟನ್ನೇ ನೋಡದ ಕಾಶೀಪತಿರಾಯರು “ಏನಿದು?” ಎಂಬಂತೆ ಕಣ್ಣಲ್ಲೇ ಪ್ರಶ್ನೆ ಮಾಡಿದರು.

ಇವರ ಪ್ರಶ್ನೆಯನ್ನು ಅರಿತ ಕಮಲಾಕ್ಷಿ, ಅಚ್ಚ ತೆಲುಗು ಭಾಷೆಯಲ್ಲಿ – “ಇದು ಉಪಮಾ ಅಂತ. ನಮ್ಮ ಮನೆಯ ವಿಶೇಷ ಖಾದ್ಯ. ತುಂಬಾ ರುಚಿಯಾಗಿರುತ್ತೆ. ದಯಮಾಡಿ ತಿನ್ನಿ” ಎಂದು ವಿನಮ್ರಳಾಗಿ ಉತ್ತರಿಸಿದಳು.

ಕಮಲಾಕ್ಷಿಯ ಉತ್ತರಕ್ಕೆ ಸರಿ ಎಂದು ಹೇಳುವಂತೆ ಉಪಮವನ್ನು ಪಿಡಿಚೆ ಕಟ್ಟಿ ಒಂದು ತುತ್ತನ್ನು ಬಾಯಲ್ಲಿಟ್ಟುಕೊಂಡರು. ಅಬ್ಬಾ! ಏನು ರುಚಿ! ಏನು ಸ್ವಾದ! ಕಾಶೀಪತಿರಾಯರು ಆ ಉಪಮಾ ಆಸ್ವಾದಕ್ಕೆ ಸಂಪೂರ್ಣ ಶರಣಾದರು.

ಮಾರನೇ ದಿನ ಕವಿ ಗೋಷ್ಠಿ ಶುರುವಾಯ್ತು. ನಿಜಾಮರು ಕಳಿಸಿದ್ದ ವಿಶೇಷವಾದ ಕುದುರೆ ಸಾರೋಟಿನಲ್ಲಿ ಭವ್ಯ ಮೆರವಣಿಗೆಯೊಂದಿಗೆ ಪಂಡಿತರನ್ನು ಗೋಷ್ಠಿಗೆ ಕರೆತರಲಾಯಿತು. ಒಬ್ಬೊಬ್ಬ ಕವಿಯೂ ಒಂದೊಂದು ಅದ್ಭುತ ಕವಿತೆಗಳನ್ನು ಓದುತ್ತಾ ಹೋದರು. ಒಟ್ಟಿನಲ್ಲಿ ಕವಿಗೋಷ್ಠಿ ಅದ್ಭುತವಾಗಿ ನಡೆಯಿತು. ಕಡೆಯಲ್ಲಿ ಕವಿಗೋಷ್ಠಿ ಹೇಗೆ ನಡೆಯಿತು ಎಂದು ವರ್ಣಿಸಿ ಹೇಳುವಂತೆ ನಿಜಾಮರಿಂದ ಪಂಡಿತರಿಗೆ ಅಹ್ವಾನ ಬಂತು. ಆಹ್ವಾನವನ್ನು ಮನ್ನಿಸಿ ಪಂಡಿತರು ರಾಜರ ಆಸ್ಥಾನಕ್ಕೆ ತೆರಳಿದರು.

“ಮಹಾರಾಜರಿಗೆ ನಮೋನ್ನಮಃ”

“ಪಂಡಿತರೇ, ತಮ್ಮ ಪಾದಧೂಳಿಯಿಂದ ನಮ್ಮ ದೇಶ ಪಾವನವಾಯಿತು. ಕವಿ ಗೋಷ್ಠಿ ಹೇಗೆ ನಡೆಯಿತು? ತಮಗೆ ತೃಪ್ತಿದಾಯಕವಾಗಿತ್ತೇ? ಕವಿಗಳ ಎಲ್ಲಾ

ಕಾವ್ಯದ ಸೊಗಡನ್ನೂ ಒಂದೇ ವಾಕ್ಯದಲ್ಲಿ ವರ್ಣಿಸುವಿರಾ?"

ಎಂದು ಮಹಾರಾಜರು ಪಂಡಿತರನ್ನು ಕೇಳಲು ಪಂಡಿತರು ಉತ್ತರವಿತ್ತರು:

"ಮಹಾರಾಜಾ. ಅಷ್ಟು ದೊಡ್ಡ ಕವಿ ಸಮ್ಮೇಳನವನ್ನು ಕೇವಲ ಒಂದೇ ವಾಕ್ಯದಲ್ಲಿ ವರ್ಣಿಸಲು ಹೇಳಿರುವೆ. ಇದು ತುಂಬಾ ಕಷ್ಟದಾಯಕ ಕೆಲಸ. ಆದರೂ ನಾನೇಕೆ ಸೋಲೊಪ್ಪಿಕೊಳ್ಳಲಿ? ನೀನು ಕೇಳಿದಂತೆ ಇಡೀ ಕವಿಗೋಷ್ಠಿಯ ಸೊಗಸನ್ನು ಒಂದೇ ವಾಕ್ಯದಲ್ಲಿ ವರ್ಣಿಸಬಲ್ಲೆ ಎಂದು ತುಂಬಾ ವಿಶ್ವಾಸಭರಿತ ಧ್ವನಿಯಲ್ಲಿ ಇಂತೆಂದರು – **"ಕವಿಗೋಷ್ಠಿ ಉಪಮಾದಂತೆ ಸೊಗಸಾಗಿತ್ತು."**

ಇದನ್ನು ಕೇಳಿದ ದೊರೆಗಳೂ ಕೂಡ ಸಂತೋಷಗೊಂಡರು. ಧನ ಕನಕ ಗೌರವಗಳ ಸಮೇತ ಪಂಡಿತರನ್ನು ಕಾಶಿ ದೇಶಕ್ಕೆ ಬೀಳ್ಕೊಟ್ಟರು.

ಕಾಶಿ ದೇಶಕ್ಕೆ ಮರಳಿದ ಪಂಡಿತರು ತಾವು ನಿಜಾಮರ ಮುಂದೆ ಹೇಳಿದ ಆ ವಾಕ್ಯವನ್ನೇ ಮತ್ತೆ ಮತ್ತೆ ಮೆಲುಕು ಹಾಕುತ್ತಿದ್ದರು. ಕವಿಗೋಷ್ಠಿ ಉಪಮಾದಂತೆ ಸೊಗಸಾಗಿತ್ತು! ಉಪಮಾದಂತೆ! ಉಪಮಾದಂತೆ! ಎಂಬ ಮಾತು ಮತ್ತೆ ಮತ್ತೆ ಅವರ ಬಾಯಿಂದ ದಿನವಿಡೀ ಬರುತ್ತಲೇ ಇತ್ತು. ನಿದ್ರೆಯಲ್ಲಿದ್ದಾಗ ಕೂಡ ಅವರು ಉಪಮಾದಂತೆ! ಎಂದೇ ಕನವರಿಸುತ್ತಿದ್ದರು. ಇದ್ದಕ್ಕಿದ್ದಂತೆ ಏನೋ ಹೊಳೆದವರಂತೆ ನಿದ್ರೆಯಿಂದ ಎಚ್ಚೆತ್ತು, ಉಪಮಾದಂತೆ ಎಂಬ ಪದವನ್ನು ತಾಳೆಗರಿಯ ಮೇಲೆ ಬರೆಯುತ್ತಾ ಹೋದರು. ನೂರಾರು ಸೂತ್ರಗಳನ್ನು ಅದಕ್ಕೆ ಪೋಣಿಸಿ ಏನೇನೋ ಕಂಡುಹಿಡಿಯಹತ್ತಿದರು. ಇನ್ನು ಮುಂದೆ ಏನಾದರೂ ವರ್ಣಿಸಬೇಕಾದರೆ ಉಪಮದಂತೆ ಎಂಬ ಅಲಂಕಾರವನ್ನು ಬಳಸಬಹುದು ಎಂಬ ಹೊಸ ಸೂತ್ರವೊಂದನ್ನು ರಚಿಸಿದರು. "ಅಂತೆ" ಎಂದು ವರ್ಣಿಸಲು ಉಪಮಾ ಪದವೇ ಸರಿ ಎಂಬಂತಾಯ್ತು. ಅದೇ ಕಾಲಾನಂತರದಲ್ಲಿ ಉಪಮಾಲಂಕಾರ ಎಂದು ಪ್ರಸಿದ್ಧಿಯಾಯ್ತು. ಉಪಮಾ ತಿಂಡಿಯು ಹೀಗೆ ಉಪಮಾಲಂಕಾರ ರೂಪದಲ್ಲಿ ಇಂದಿಗೂ ಸಾವಿರಾರು ಕವಿಗಳಿಗೆ ಸ್ಫೂರ್ತಿಯಾಗಿದೆ. ನೂರಾರು ಗ್ರಂಥಗಳ ಜೀವನಾಡಿಯಾಗಿದೆ. ನೂರಾರು ಕವನಗಳಿಗೆ ಪ್ರೇರಣ ಶಕ್ತಿಯಾಗಿದೆ.

6
ನೆನಪಿರಲಿ

ಕವಿಗಳ ಕಾವ್ಯ ಕಟ್ಟುವಿಕೆಗೇ ಆಧಾರ ಉಪಮಾಲಂಕಾರ
ಹಾಗಿರುವಾಗ, ಸರಿಯೇ ಉಪಮಾ ಮೇಲಿನ ಈ ತಾತ್ಸಾರ?

7

ಮಹಾಗೋಡೆಯ ಹಿಂದಿನ ಮಹಾರಹಸ್ಯ

ಅದ್ಭುತ ಚೀನಾದ ಮಹಾ ಗೋಡೆ. ಸಾವಿರಾರು ಕಿಲೋಮೀಟರ್ ವರೆಗೂ ಹರಡಿಕೊಂಡಿರುವ ಅದರ ವಿಸ್ತಾರವನ್ನು ನೋಡಿಯೇ ಪ್ರದ್ಯುಮ್ನ ಅವಕ್ಕಾಗಿ ನಿಂತ. ವೃತ್ತಿಯಿಂದ ಸಿವಿಲ್ ಎಂಜಿನಿಯರ್ ಆಗಿದ್ದರೂ ಕೂಡ, ಅದರ ವಿಸ್ತಾರವನ್ನು ಎವೆಯಿಕ್ಕದೆ ನೋಡುತ್ತಾ ನಿಂತಿದ್ದ.

ಪ್ರದ್ಯುಮ್ನ - ರವಿವರ್ಮ ನಿರ್ಮಾಣ ಸಂಸ್ಥೆಯ ಸೀನಿಯರ್ ಎಂಜಿನಿಯರ್. ಹುಟ್ಟಿದ್ದು ಬೆಳೆದಿದ್ದೆಲ್ಲಾ ಮಲೆನಾಡಿನ ಹಸಿರಿನ ನಡುವೆ. ಚಿಕ್ಕಮಗಳೂರಿನ ಶಾಲೆಯಲ್ಲಿ ವಿದ್ಯಾಭ್ಯಾಸ ಮುಗಿಸಿ, ಉನ್ನತ ವಿದ್ಯಾಭಾಸಕ್ಕೆ ಮದ್ರಾಸ್ ಐ ಐ ಟಿ ಗೆ ಹೊರತು ನಿಂತಾಗ, ಇರುವ ಒಬ್ಬ ಮಗನನ್ನು ಅಷ್ಟು ದೂರ ಕಳಿಸಿಕೊಡುವ ದುಃಖ ನೆನೆದು ತಾಯಿಯ ಕಣ್ಣಲ್ಲಿ ಕಣ್ಣೀರು ಒತ್ತರಿಸಿ ಬಂದಿತ್ತು. ಆದರೂ ಕೂಡ ಮುಂದೊಂದು ದಿನ ಪ್ರಸಿದ್ಧ ಎಂಜಿನಿಯರ್ ಆಗ್ತಾನೆ ನನ್ನ ಮಗ ಎಂದು ಒತ್ತರಿಸಿ ಬರುತ್ತಿದ್ದ ದುಃಖವನ್ನು ತಡೆದುಕೊಂಡೇ ಭಾರವಾದ ಹೃದಯದಿಂದ ಮಗನನ್ನು ಸಹಕಾರ ಸಾರಿಗೆ ಬಸ್ಸಿಗೆ ಬೀಳ್ಕೊಟ್ಟು ಬಂದಳು ತಾಯಿ. ಪ್ರದ್ಯುಮ್ನ ಕೂಡ ಎಂದೂ ಸೋಮಾರಿಯಾಗದೆ, ಹಗಲೂ ರಾತ್ರಿ ಓದಿ, ಯುನಿವರ್ಸಿಟಿ ರ್ಯಾಂಕ್ ನೊಂದಿಗೆ ಸಿವಿಲ್ ಎಂಜಿನಿಯರಿಂಗ್ ಮುಗಿಸಿದ. ವಿದ್ಯಾಭಾಸ ಮುಗಿದಿದ್ದೇ ತಡ, ಬೆಂಗಳೂರಿನಲ್ಲಿನ ಬಹುರಾಷ್ಟ್ರೀಯ ಕಂಪನಿಯೊಂದರಲ್ಲಿ ಕೆಲಸಕ್ಕೆ ಸೇರಿ, ಅತಿ ಕಡಿಮೆ ಸಮಯದಲ್ಲೇ ರಾಜ್ಯದ ಉತ್ತಮ ಎಂಜಿನಿಯರ್ ಎಂದು ಪ್ರಸಿದ್ಧಿಗಳಿಸಿದ. ಚೀನಾದ ಡಾಂಗ್ ಡಿಂಗ್ ಕಂಪನಿಯ ಹೊಸ ಕೆಲಸ ಶುರುವಾಗುವ ಮುನ್ನ ಒಮ್ಮೆ

ಚೇನಾಕ್ಕೆ ಹೋಗಿ ಸೈಟ್ ವಿಸಿಟ್ ಮಾಡಿ, ಕಟ್ಟಡ ವಿನ್ಯಾಸಕ್ಕೆ ಬೇಕಾದ ಮಾಹಿತಿಯನ್ನೆಲ್ಲ ಪಡೆದು ಬರುವಂತೆ ಕಂಪನಿ ಅವನನ್ನು ಚೇನಾಕ್ಕೆ ಕಳುಹಿಸಿಕೊಟ್ಟಿತ್ತು.

ಇವತ್ತು ರಜಾದಿನವಾದ್ದರಿಂದ ಬೀಜಿಂಗ್ ನಗರದಿಂದ ಟ್ಯಾಕ್ಸಿ ಒಂದನ್ನು ಬಾಡಿಗೆಗೆ ಪಡೆದು ಅಲ್ಲಿಂದ ಎಪ್ಪತ್ತು ಕಿಲೋಮೀಟರ್ ದೂರದಲ್ಲಿರುವ ಮ್ಯೂಟಿಯನ್ಯು ವನ್ನು ಸೇರಿದಾಗ ರಾತ್ರಿ ಹತ್ತು ಗಂಟೆ. ಅಲ್ಲೇ ರೆಸ್ಟೋರೆಂಟ್ ಒಂದರಲ್ಲಿ ನೂಡಲ್ಸ್ ತಿಂದು ರಾತ್ರಿ ಮಲಗಿ, ಬೆಳಿಗ್ಗೆ ಎದ್ದು ಸ್ನಾನ ಮಾಡಿ ರೆಡಿ ಯಾಗಿ ಬಂದು ಚೇನಾದ ಮಹಾಗೋಡೆಯನ್ನು ನೋಡುತ್ತಾ ನಿಂತ. ಅದನ್ನು ನೋಡಿದಾಗ ಎಂತಹವರಿಗೂ ಒಂದು ಕ್ಷಣ ಎದೆ ಧಸಕ್ಕೆನ್ನದೆ ಇರದು. ಪ್ರದ್ಯುಮ್ನ ಕರೆತಂದಿದ್ದ ಟೂರಿಸ್ಟ್ ಗೈಡ್ "ಸಾರ್ ನಡೆಯಿರಿ ಮುಂದೆ ಇನ್ನೂ ಚನ್ನಾಗಿದೆ" ಎಂದು ಮಾತನಾಡಿಸಿದಾಗಲೇ ಪ್ರದ್ಯುಮ್ನನಿಗೆ ಪ್ರಜ್ಞೆ ಬಂದದ್ದು.

ಅದ್ಭುತ! ಇಂತಹ ಕಟ್ಟಡವನ್ನು ನಾನು ನೋಡೇ ಇಲ್ಲ ಎಂದು ಉದ್ಗರಿಸಿದ ಪ್ರದ್ಯುಮ್ನ.

ಇದರ ನಿರ್ಮಾಣದ ಹಿಂದೆ ಒಂದು ಅದ್ಭುತ ಕತೆ ಇದೆ ಕೇಳಿ ಸಾರ್ ಎಂದು ಗೈಡ್ ಪ್ರಾರಂಭಿಸಿದ – "ಕ್ವಿನ್ ಷಿ ಹುವಾಂಗ್ ಎಂಬ ಪ್ರಸಿದ್ಧ ಚೇನಾ ದೊರೆ ಇದರ ಕರ್ತೃ. ಇದನ್ನು ಕಟ್ಟಲು ನೂರಾರು ವರ್ಷಗಳೇ ಹಿಡಿದವು. ಹತ್ತಾರು ತಲೆಮಾರಿನ ರಾಜರು ಈ ಗೋಡೆಯ ಕೆಲಸವನ್ನು ಮಾಡುತ್ತಿದ್ದರೂ, ನಿರ್ಮಾಣ ಕೆಲಸಕ್ಕೆ ಬೇಕಾಗುವ ಸಾಮಗ್ರಿಗಳ ಕೊರತೆಯಿಂದಾಗಿ ಕೆಲಸ ಕುಂಟುತ್ತಲೇ ಸಾಗಿತ್ತು. ಆದರೆ ಮಿಂಗ್ ದೊರೆಗಳ ಅಧಿಕಾರದಲ್ಲಿ ಗೋಡೆ ನಿರ್ಮಾಣದ ವೇಗ ಇಮ್ಮಡಿಗೊಂಡಿತು. ಶರವೇಗದಿಂದ ಕೆಲಸ ಮತ್ತೆ ಪ್ರಾರಂಭವಾಯ್ತು. ಈ ಕಟ್ಟಡದ ಇನ್ನೂ ಒಂದು ವಿಶೇಷತೆಯೆಂದರೆ - ಇಡೀ ಗೋಡೆ ಕೇವಲ ಸುಣ್ಣದ ಕಲ್ಲು ಮತ್ತು ಜೇಡಿಮಣ್ಣಿನಿಂದ ನಿರ್ಮಿತವಾಗಿದೆ. ಹೀಗಿರುವಾಗ ಮತ್ತೊಮ್ಮೆ ಕಟ್ಟಡಕ್ಕೆ ಸುಣ್ಣದ ಕಲ್ಲು ಮತ್ತು ಜೇಡಿಮಣ್ಣಿನ ಕೊರತೆಯುಂಟಾಯ್ತು. ದೊರೆ ಮತ್ತೊಮ್ಮೆ ತಲೆ ಮೇಲೆ ಕೈ ಹೊತ್ತು ನಿಂತ. ಆಗ ಆ ಕಟ್ಟಡ ಕಾರ್ಮಿಕನಾಗಿದ್ದ ರಾಮಪ್ಪ ಎಂಬ ವ್ಯಕ್ತಿಯೇ ನಮ್ಮನ್ನು ಉಳಿಸಿದ್ದು.

ಹಿಂದುಸ್ತಾನ ದೇಶದ ಮದ್ರಾಸ್ ಪ್ರಾಂತ್ಯದ ರಾಮಪ್ಪ ಎಂಬುವವರು ಇಲ್ಲಿ ಕಟ್ಟಡದ ಮೇಲುಸ್ತುವಾರಿ ವಹಿಸಿದ್ದರು. ಹಿಂದುಸ್ತಾನದವರು ವಿಶೇಷ ಜ್ಞಾನವನ್ನು ಹೊಂದಿದ್ದಾರೆಂದು ತಿಳಿದು, ದೊರೆಗಳೇ ವಿಶೇಷ ಅಸ್ಥೆ ವಹಿಸಿ ಅವರನ್ನಿಲ್ಲಿ ಕರೆಸಿ, ಕಟ್ಟಡ ಮೇಲ್ವಿಚಾರಣೆಯನ್ನು ಕೊಟ್ಟಿದ್ದರು. ಇಂತಿಪ್ಪ ರಾಮಪ್ಪನು ನಿರ್ಮಾಣ ಕಾರ್ಯಕ್ಕೆ ಜೋಡಿಮಣ್ಣಿನ ಕೊರತೆಯುಂಟಾಗಿದ್ದನ್ನು ಕಂಡು ಒಂದು ಉಪಾಯ

ಮಾಡಿದ.

ಕಟ್ಟಡ ನಿರ್ಮಾಣದ ಕೂಲಿಯವರನ್ನೆಲ್ಲ ಕರೆದು ಒಂದು ದೊಡ್ಡ ಒಲೆಯಂತಹ ಹೊಂಡವನ್ನು ತೋಡಿಸಿ, ಒಂದಷ್ಟು ಮರದ ದಿಮ್ಮಿಗಳನ್ನು ಇಟ್ಟು ಆ ಒಲೆಯನ್ನು ಹೊತ್ತಿಸಿದ. ಅದರ ಮೇಲೆ ಒಂದು ದೊಡ್ಡ ಪಾತ್ರೆಯನ್ನಿಟ್ಟ. ದೇಶದ ಮನೆ ಮನೆಗಳಿಂದ, ರೈತರಿಂದ ಸಂಗ್ರಹಿಸಿದ್ದ ರವೆಯನ್ನೆಲ್ಲಾ ಆ ಪಾತ್ರೆಯೊಳಕ್ಕೆ ಹಾಕಿ ವಿಶೇಷ ಭಕ್ಷ್ಯವೊಂದನ್ನು ತಯಾರಿಸಿದ. ಈಗ ಈ ಪಾತ್ರೆಯಲ್ಲಿರುವ ವಸ್ತುವನ್ನು ತೆಗೆದುಕೊಂಡು ಹೋಗಿ ನಿರ್ಮಾಣ ಕಾರ್ಯಕ್ಕೆ ಬಳಸಿಕೊಳ್ಳಿ ಎಂದು ಹೇಳಿದ. ರಾಮಪ್ಪ ಹಾಗೆ ಹೇಳಿದ್ದೇ ತಡ, ಕೂಲಿಯವರು ಆ ಪಾತ್ರೆಯಲ್ಲಿದ್ದ ಅಷ್ಟೂ ಖಾದ್ಯವನ್ನು ಜೇಡಿಮಣ್ಣಿನಂತೆ ಮುದ್ದೆಗಟ್ಟಿ ಗೋಡೆ ನಿರ್ಮಿಸಿಯೇಬಿಟ್ಟರು. ಏನಾಶ್ಚರ್ಯ? ಗೋಡೆ ಭದ್ರವಾಗಿ ನಿಂತಿತು. ಅಂದು ರಾಮಪ್ಪ ಮಾಡಿದ ಆ ಖಾದ್ಯವು ಉಪ್ಪಿಟ್ಟು ಎಂಬ ಸಂಗತಿ ಕಡೆಗೂ ಇಲ್ಲಿ ಯಾರಿಗೂ ತಿಳಿಯಲೇ ಇಲ್ಲ. ಚೀನಾದವರೆಲ್ಲಾ ಅದನ್ನು ಕಾಂಕ್ರೀಟ್ ಎಂಬ ಹೆಸರಿನಿಂದ ಕರೆಯಲು ಆರಂಭಿಸಿದರು. ಅಂದಿನಿಂದ ಮೊದಲ್ಗೊಂಡು ಕಟ್ಟಡ ನಿರ್ಮಾಣಕ್ಕೆ ಬಳಸುವ ಗಟ್ಟಿಯಾದ ವಸ್ತುವು ಕಾಂಕ್ರೀಟ್ ಎಂದೇ ಇಂದಿಗೂ ಕರೆಯಲ್ಪಡುತ್ತಿದೆ.

ಅಂದು ಆ ಕಾಂಕ್ರೀಟಿನಿಂದ ನಿರ್ಮಿತವಾದ ಈ ಗೋಡೆ ನೂರಾರು ವರ್ಷಗಳು ಕಳೆದರೂ, ಇಂದಿಗೂ ಭದ್ರವಾಗಿ ನಿಂತಿದೆ" ಎಂದ.

ಗೈಡ್ ನ ಮಾತನ್ನು ಕೇಳಿ, ಉಪ್ಪಿಟ್ಟನ್ನು ನೆನೆಯುತ್ತ, ಪ್ರದ್ಯುಮ್ನನ ಬಾಯಲ್ಲಿ ನೀರೂರಿತು. ಉಪ್ಪಿಟ್ಟನ್ನು ನೆನೆಯುತ್ತಾ, ಹೋಟೆಲ್ ರೂಮ್ ಕಡೆ ಹೊರಟ.

8
ನೆನಪಿರಲಿ

ಕಾಲು ಒದ್ದೆಯಾಗದೇ ಸಾಗರವನ್ನು ದಾಟಬಹುದು
ಉಪ್ಪಿಟ್ಟು ತಿನ್ನದೇ ಸಂಸಾರ ಸಾಗಿಸಲಾಗದು.

9
ಉಪ್ಪಿಟ್ಟು ಮಾಡದ ಮನೆಯ ಉದ್ದಿನಬೇಳೆ

ಹಿಮಾಲಯದ ತಪ್ಪಲಿನಲ್ಲಿ ಓರ್ವ ತಪಸ್ವಿ ತ್ರಿಕಾಲ ಧ್ಯಾನವನ್ನು ಮಾಡಿ ಭಗವಂತನ ಅನುಗ್ರಹವನ್ನು ಪಡೆದು, ತಮ್ಮ ದಿವ್ಯ ಜ್ಞಾನವನ್ನು ಜಗತ್ತಿಗೆ ನೀಡಬೇಕೆಂಬ ಉದ್ದೇಶದಿಂದ ದೇಶಪರ್ಯಟನೆಯಲ್ಲಿ ತೊಡಗಿದರು. ಹೀಗೆಯೇ ಊರೂರುಗಳನ್ನು ಸುತ್ತಾಡುತ್ತಾ ಕಡೆಗೆ ಬೆಂಗಳೂರು ನಗರಕ್ಕೆ ಬಂದು ಸರ್ಕಾರ ಮಂಜೂರು ಮಾಡಿದ ನೂರೈವತ್ತು ಎಕರೆ ಚಿಕ್ಕ ಜಾಗದಲ್ಲಿ ಆಶ್ರಮವೊಂದನ್ನು ಕಟ್ಟಿ, ವಿದೇಶಿ ಯುವತಿಯರಿಗೆ ಯೋಗ ಧ್ಯಾನಗಳ ಬಗ್ಗೆ ಹೇಳಿಕೊಡಹತ್ತಿದರು. ಬರುಬರುತ್ತಾ ಸ್ವಾಮೀಜಿಗಳ ಕೀರ್ತಿ ಎಲ್ಲಾ ಕಡೆ ಹಬ್ಬಿತು. ಸ್ವಾಮೀಜಿಗಳ ದರ್ಶನಕ್ಕೆ ಆನ್ಲೈನ್ ಬುಕಿಂಗ್ ನಲ್ಲಿ ಕಾಯ್ದಿರಿಸಲೆಂದೇ ವಿಶೇಷ ವೆಬ್ಸೈಟ್ ಒಂದು ಓಪನ್ ಆಯಿತು.

ಸ್ವಾಮೀಜಿಗಳ ಕೀರ್ತಿ ದಿನೇ ದಿನೇ ಕರೋನದಂತೆ ಎಲ್ಲೆಡೆ ಪಸರಿಸಹತ್ತಿತು. ದೇಶ ವಿದೇಶಗಳಿಂದ ಭಕ್ತರು ಆಶ್ರಮಕ್ಕೆ ಬರತೊಡಗಿದರು. ಸ್ವಾಮೀಜಿಗಳ ಪ್ರವಚನ ಕೇಳಲು ಸಾವಿರಾರು ಜನರು ಜಾತ್ರೆಯೋಪಾದಿಯಲ್ಲಿ ಸೇರುತ್ತಿದ್ದರು. ಸ್ವಾಮೀಜಿಗಳ ಮಾತು ಎಂತಹವರನ್ನೂ ಮಂತ್ರ ಮುಗ್ಧರನ್ನಾಗಿಸುತ್ತಿತ್ತು.

ಹೀಗಿರಲು ಒಂದು ದಿನ ಬೆಂಗಳೂರಿನ ಮಾಗಡಿ ರಸ್ತೆಯ ಮಹಿಳೆಯೊಬ್ಬರು ಸ್ವಾಮೀಜಿಗಳ ಬಳಿ ಬಂದು ಜೋರಾಗಿ ಗೋಳಾಡತೊಡಗಿದಳು.

"ಏನಾಯಿತು ಮಾತೆ? ಏಕೆ ಹೀಗೆ ದುಃಖಿತಳಾಗಿರುವೆ?"

ಎಂದು ಸ್ವಾಮೀಜಿಗಳು ಸಂತೈಸಿದರು.

"ಅಯ್ಯೋ ಏನೆಂದು ಹೇಳಲಿ ಸ್ವಾಮೀಜಿ? ನನಗಿದ್ದ ಒಬ್ಬನೇ ಒಬ್ಬ ಗಂಡ ಇಂದು ಬೆಳಿಗ್ಗೆ ನ್ಯೂಸ್ ಚಾನೆಲ್ ನೋಡ್ತಾ ಕೂತಿದ್ರು. ಈ ಸುದ್ದಿಯನ್ನು ಕೇಳಿದ್ರೆ ನೀವು ಬೆಚ್ಚಿ ಬೀಳ್ತೀರಾ. ಈ ಸುದ್ದಿಯನ್ನು ಕೇಳಿದ್ರೆ ನೀವು ಬೆಚ್ಚಿ ಬೀಳ್ತೀರಾ ಅಂತ ಮತ್ತೆ ಮತ್ತೆ ಟೀವಿಲಿ ಹೇಳ್ತಾ ಇದ್ರಲ್ವಾ? ಅದನ್ನು ನೋಡಿ ನಿಜವಾಗಿಯೂ ಬೆಚ್ಚಿ ಬೆಚ್ಚಿ ಬಿದ್ದು ಕಡೆಗೆ ಹಾರ್ಟ್ ಅಟ್ಯಾಕ್ ಆಗಿ ಸತ್ತು ಹೋಗಿ ಬಿಟ್ರು. ಹೇಗಾದ್ರೂ ಮಾಡಿ ಅವರನ್ನು ಉಳಿಸಿ ಕೊಡಿ ಸ್ವಾಮೀಜಿ" ಎಂದು ಸ್ವಾಮೀಜಿಗಳ ಕಾಲು ಹಿಡಿದು ಗೋಳಾಡತೊಡಗಿದಳು.

"ಆಹಾ! ಈ ಇಪ್ಪತ್ತನೇ ಶತಮಾನದಲ್ಲೂ ನಿನಗೆ ಇಷ್ಟೊಂದು ಪತಿ ಭಕ್ತಿಯೇ? ನಿನ್ನ ಪತಿ ಭಕ್ತಿಗೆ ಮೆಚ್ಚಿದೆ ಮಗಳೇ" ಎಂದರು ಸ್ವಾಮೀಜಿ.

"ಅಯ್ಯೋ, ಭಕ್ತಿನೂ ಇಲ್ಲ ಮುಕ್ತಿನೂ ಇಲ್ಲ ಸ್ವಾಮೀಜಿ. ಎಲ್ಲರಿಗೂ ಯಾವಾಗಲೂ ಒಳ್ಳೆ ಗಂಡನೇ ಸಿಗೋದು ಕಷ್ಟ. ಇರೋದನ್ನೇ ಹೊಡೆದೂ ಬಡಿದೂ ನಮಗೆ ಸರಿ ಹೊಂದುವ ಹಾಗೆ ರೆಡಿ ಮಾಡಿ ಇಟ್ಕೋಬೇಕು ಅಂತಾರಲ್ವಾ? ನಾನು ಕೂಡ ಹಾಗೆಯೇ. ನನಗೆ ಬೇಕಾದ ಹಾಗೆ ಟ್ಯೂನ್ ಮಾಡಿ ಇಟ್ಕೊಂಡಿದ್ದೆ. ಇವಾಗ ಒಮ್ಮಿಂದೊಮ್ಮೆಲೇ ಅವರಿಲ್ಲ ಅಂದರೆ ನಾನು ಏನು ಮಾಡಲಿ? ಬೇಕೆಂದಾಗ ಬೇಕಾದ ಕಡೆ ಕರೆದುಕೊಂಡು ಹೋಗ್ತಾ ಇದ್ದರು. ಈ ಬೆಂಗಳೂರು ಟ್ರಾಫಿಕ್ ನಲ್ಲಿ ನಾನು ಹೇಗೆ ಸ್ಕೂಟಿ ಓಡಿಸಲಿ? ಅಳ್ತಾ ಅಳ್ತಾ ಈರುಳ್ಳಿ ಹೆಚ್ಕೋಕೆ ನನ್ನಿಂದಾಗದು. ನಾನೊಬ್ಬಳೇ ಬಟ್ಟೆ ಒಗೆದೂ, ಒಣಗಿ ಹಾಕಿ, ಪಾತ್ರೆ ತೊಳೆದು... ಅಬ್ಬಬ್ಬಾ. ಮುಂದೆ ಹೇಳಲಾರೆ. ಹೇಗಾದರೂ ಮಾಡಿ ನನ್ನ ಗಂಡ ಪ್ರಾಣಿಯನ್ನು ಬದುಕಿಸಿಕೊಡಿ ಗುರೂಜಿ" ಎಂದು ಗೋಳಾಡಿದಳು.

ಆ ಹೆಣ್ಣು ಮಗಳ ಕಣ್ಣೀರಿಗೆ ಸ್ವಾಮೀಜಿಗಳ ಹೃದಯ ಮೈಕ್ರೋ ಓವನ್ ಮುಂದೆ ಇಟ್ಟ ಐಸ್ ಕ್ರೀಮ್ ನಂತೆ ಕರಗಿತು.

"ಆಯಿತು ಮಗಳೇ, ಚಿಂತಿಸಬೇಡ. ಇಗೋ ನೋಡು. ನಿನ್ನ ಪತಿಯನ್ನು ನಾನು ಬದುಕಿಸುತ್ತೇನೆ. ಆದರೆ ಇದಕ್ಕೆ ನನಗೆ ಒಂದು ಔಷದಿ ಬೇಕಿದೆ. ಅದನ್ನು ನೀನು ತಂದುಕೊಡುವೆಯಾ?" ಎಂದರು.

"ಅಗತ್ಯವಾಗಿ ಸ್ವಾಮೀಜಿ, ಅಪ್ಪಣೆ ಮಾಡಿ." ಎಂದಳು ಆ ಮಹಿಳೆ.

"ಈ ಕೂಡಲೇ ಹೋಗಿ ಉಪ್ಪಿಟ್ಟು ಮಾಡದ ಮನೆಯಿಂದ ಒಂದು ಹಿಡಿ ಉದ್ದಿನ ಬೇಳೆಯನ್ನು ತಾ. ಅದರಿಂದ ಔಷಧಿಯನ್ನು ತಯಾರಿಸಿ ನಿನ್ನ ಪತಿಯನ್ನು ಬದುಕಿಸುತ್ತೇನೆ" ಅಂದರು ಸ್ವಾಮೀಜಿ.

"ಈಗಲೇ ಬಂದೆ ಸ್ವಾಮೀಜಿ" ಎಂದ ಮಹಿಳೆ ಮೈಸೂರು ರಸ್ತೆಯಿಂದ ಮಾಗಡಿ ರಸ್ತೆ ವರೆಗೂ ಮನೆ ಮನೆ ಸುತ್ತಾಡಿದರೂ, ಉಪ್ಪಿಟ್ಟು ಮಾಡದ

ಮನೆಯೇ ಕಾಣಲಿಲ್ಲ. ಕಡೆಗೆ ನಿರಾಶಳಾಗಿ ಸ್ವಾಮೀಜಿ ಮುಂದೆ ಬಂದು ದೈನ್ಯಳಾಗಿ ನಿಂತಳು.

"ನೋಡು ತಾಯಿ. ಉಪ್ಪಿಟ್ಟಿಲ್ಲದ ಮನೆ ಹೇಗೆ ಸಾಧ್ಯವಿಲ್ಲವೋ, ಹುಟ್ಟಿದ ಮನುಷ್ಯ ಕಡೆಯವರೆಗೂ ಬದುಕಿರುವುದೂ ಕೂಡ ಸಾಧ್ಯವಿಲ್ಲ. ಹುಟ್ಟಿದ ಮೇಲೆ ಸಾವು ನಿಶ್ಚಿತ. ಧಾರಾವಾಹಿ ಮಧ್ಯೆ ಬರುವ ಜಾಹೀರಾತಿನಂತೆ ಸಾವು ಯಾವಾಗ ಬರುವುದೆಂದು ಯಾರೂ ಹೇಳಲು ಸಾಧ್ಯವಿಲ್ಲ. ಈ ಸಾವೆಂಬುದೇ ಹಾಗೆ. ಒಂಥರಾ ಆಟೋ ರಿಕ್ಷಾ ಇದ್ದ ಹಾಗೆ. ನಮಗೆ ಬೇಕೆಂದಾಗ ಬರುವುದಿಲ್ಲ. ಬೇಡದಾಗ ರಸ್ತೆಯ ತುಂಬಾ ಸಾಲಾಗಿ ನಿಂತಿರುತ್ತೆ. ಹಾಗಾಗಿಯೇ ಇರುವಷ್ಟು ದಿನ ನಾವು ನಗು ನಗುತ್ತ ಬಾಳಬೇಕು. ಚಿಂತೆ ಬಿಡು. ಹೋಗು. ನಿನ್ನ ಗಂಡನ ಆತ್ಮಕ್ಕೆ ಮುಕ್ತಿ ಸಿಗಲೆಂದು ಆ ಭಗವಂತನಲ್ಲಿ ಧ್ಯಾನಿಸು" ಎಂದು ಹೇಳಿ ಕಳಿಸಿದರು.

ಹುಟ್ಟು - ಸಾವು ಉಚಿತ. ಬದುಕಿರುವಾಗ ಉಪ್ಪಿಟ್ಟು ತಿನ್ನುವುದು ಖಚಿತ ಎಂಬ ಸತ್ಯದ ಅರಿವಾದೊಡನೆ ಮಹಿಳೆ ಮನೆಯ ದಾರಿ ಹಿಡಿದಳು.

10
ನೆನಪಿರಲಿ

ಹಾಸಿಗೆ ಇದ್ದಷ್ಟು ಕಾಲು ಚಾಚು
ರವೇ ಇದ್ದಷ್ಟು ನೀರು ಕಾಯ್ಸು

11

ಜೀವ ಉಳಿಸಿದ ಉಪ್ಪಿಟ್ಟು

ಹ್ಯಾಂಡ್ಸ್ ಅಪ್! ಎಲ್ಲರೂ ಸುಮ್ಮನೆ ಕೂರಿ. ಯಾರೂ ಕೂಡ ಗಲಾಟೆ ಮಾಡ್ಬೇಡಿ. ಮೊಬೈಲ್ ಫೋನ್ ಮುಟ್ಟಬೇಡಿ. ನಾವು ಈ ವಿಮಾನವನ್ನು ಹೈಜಾಕ್ ಮಾಡಿದೀವಿ. ಭಯೋತ್ಪಾದಕರ ಆ ಕೂಗಿಗೆ ವಿಮಾನದ ಪ್ರಯಾಣಿಕರೆಲ್ಲಾ ಒಮ್ಮೆಲೇ ಬಾಯ್ಮುಚ್ಚಿ ಕುಳಿತರು. ನೇರ ಕಾಕ್ ಪಿಟ್ಟಿನ ಒಳಗೆ ನುಗ್ಗಿದ ಭಯೋತ್ಪಾದಕರು ಪೈಲಟ್ ತಲೆಗೆ ಬಂದೂಕಿನ ನಳಿಕೆಯನ್ನು ಗುರಿ ಇಟ್ಟು ನಿಂತರು.

ಮಿಸ್ಟರ್ ಪೈಲಟ್. ಈ ವಿಮಾನವನ್ನು ನಾವು ಹೈಜಾಕ್ ಮಾಡುತ್ತಿದ್ದೇವೆ. ಏನಾದರೂ ಚಿಲ್ಲರೆ ಬುದ್ಧಿ ನೋಡಿಸಿದ್ದೆ ಆದರೆ ಒಂದೇ ಒಂದು ಟ್ರಿಗರ್ ಪ್ರೆಸ್ ಮಾಡಿದರೆ ನಿನ್ನ ಕತೆ ಮುಗಿಯಿತು. ನೆನಪಿರಲಿ. ಬಾಯಿ ಮುಚ್ಚಿ ಕುಳಿತುಕೋ. ನಿನ್ನ ಅತಿ ಬುದ್ಧಿವಂತಿಕೆಯನ್ನು ಪ್ರದರ್ಶನ ಮಾಡೀಯೆ ಜೋಕೆ. ನೀನು ವಿಮಾನವನ್ನು ಹೇಗೆ ಯಾವ ಕಡೆ ಚಲಾಯಿಸಬೇಕು, ಎಲ್ಲಿ ವಿಮಾನವನ್ನು ಇಳಿಸಬೇಕು ಅಂತ ನಾವು ಹೇಳ್ತೀವಿ. ನಾವು ಹೇಳಿದ್ದನ್ನು ಮಾಡುವುದಷ್ಟೇ ನಿನ್ನ ಕೆಲಸ.

ಭಯೋತ್ಪಾದಕರ ಆ ಮಾತನ್ನು ಕೇಳಿ ಪೈಲಟ್ ಪರಮಶಿವನಿಗೆ ಜಂಘಾಬಲವೇ ಹುದುಗಿಹೋಯ್ತು. ಹೃದಯವಂತೂ ಸೆಕೆಂಡಿಗೆ ನೂರಾ ಐವತ್ತು ಸಲ ಬಡಿದುಕೊಳ್ಳಲು ಪ್ರಾರಂಭವಾಯ್ತು. ನೂರಾ ಇಪ್ಪತ್ತು ಜನ ಪ್ರಯಾಣಿಕರ ಪ್ರಾಣ ನಾನು ಮುಂದಿನ ಐದು ನಿಮಿಷದಲ್ಲಿ ತೆಗೆದುಕೊಳ್ಳುವ ನಿರ್ಧಾರದ ಮೇಲಿದೆ. ಹೇಗಾದರೂ ಸರಿ, ಪ್ರಾಣ ಕೊಟ್ಟಾದರೂ ಸರಿಯೇ, ಇಷ್ಟೂ ಜನ ಪ್ರಯಾಣಿಕರನ್ನು ಕ್ಷೇಮವಾಗಿ ಅವರವರ ಮನೆಗೆ ಸೇರಿಸಲೇಬೇಕು. ಆದರೆ

ಹೇಗೆ? ಪೈಲಟ್ ಪರಮಶಿವನ ಮನದಲ್ಲಿ ಹೀಗೆಯೇ ನೂರಾರು ಆಲೋಚನೆಗಳು ಸುಳಿಯಹತ್ತಿದವು.

ಒಂದು ಹತ್ತು ಸೆಕೆಂಡು ಮನಸ್ಸನ್ನು ಸಂಪೂರ್ಣ ಹತೋಟಿಗೆ ತೆಗೆದುಕೊಂಡು ಕಣ್ಮುಚ್ಚಿ ಧ್ಯಾನ ಮಾಡಹತ್ತಿದ. ಏನನ್ನೋ ಆಲೋಚಿಸಿ ಮನಸ್ಸನ್ನು ಗಟ್ಟಿ ಮಾಡಿದ. ಒಮ್ಮೆಂದೊಮ್ಮೆಲೇ ಒಂದು ಅಗಾಧವಾದ ಶಕ್ತಿ ಅವನ ದೇಹದಲ್ಲಿ ಪ್ರವಹಿಸಿದಂತಾಯ್ತು. ಮೈ ನಲ್ಲಿ ಮಿಂಚಿನ ಸಂಚಾರವಾಯ್ತು. ಅವನ ಆತ್ಮ ವಿಶ್ವಾಸವಂತೂ ಬೆಂಗಳೂರಿನ ಆಟೋ ರಿಕ್ಷಾ ಮೀಟರ್ ನಂತೆ ಮೇಲೇರತೊಡಗಿತು. ತನ್ನ ಶಕ್ತಿಯನ್ನೆಲ್ಲ ಒಟ್ಟುಗೂಡಿಸಿ ಬಂದೂಕದ ನಳಿಕೆ ಹಿಡಿದು ಕೂತಿದ್ದ ಭಯೋತ್ಪಾದಕನ ಮೇಲೆ ಎರಗಿದ.

ಅಚಾನಕ್ ಆದ ಈ ಆಕ್ರಮಣವನ್ನು ಭಯೋತ್ಪಾದಕ ಊಹೆಯೂ ಮಾಡಿರಲಿಕ್ಕಿಲ್ಲ. ಇದ್ದಕ್ಕಿದ್ದಂತೆ ಮೈಮೇಲೆ ಬಿದ್ದ ಪೈಲಟ್ ಅನ್ನು ಬಲವಾಗಿ ತಳ್ಳಲು ಪ್ರಯತ್ನಿಸಿದ. ಉಹೂ, ಸಾಧ್ಯವೇ ಆಗಲಿಲ್ಲ. ಪರಮಶಿವನಂತೂ ತುಂಬು ಆತ್ಮವಿಶ್ವಾಸದಿಂದ ಕಾದಾಡಲು ಸಿದ್ದನಾಗಿದ್ದ. ಬಿಗಿಯಾಗಿ ಹಿಡಿದ್ದ ಅವನ ಹಿಡಿತವನ್ನು ಬಿಡಿಸಿಕೊಳ್ಳಲು ಭಯೋತ್ಪಾದಕ ಹೆಣಗಾಡಿದ. ಅವನ ಕೈಲಿದ್ದ ಬಂದೂಕಿನಿಂದ ಅವನಿಗೆ ತಿಳಿಯದಂತೆ ಟ್ರಿಗರ್ ಅದುಮಿ ಅದರಿಂದ ಹೊರಟ ಗುಂಡು ಪೈಲಟ್ ನ ಎಡಭುಜವನ್ನು ಸವರಿಕೊಂಡು ಹೋಯ್ತು. ಬುಲೆಟ್ ನ ಏಟಿಗೆ ಪೈಲಟ್ "ಹಾ" ಎಂದು ಕಿರುಚಿ ಕೆಳಗೆ ಬಿದ್ದ. ಅವನ ಭುಜದಿಂದ ರಕ್ತ ಝುಲ್ಲನೆ ಜಿನುಗಹತ್ತಿತು.

ಬುಲೆಟ್ ನ ಢಮ್ ಎಂಬ ಸದ್ದಿಗೆ ಪ್ರಯಾಣಿಕರೆಲ್ಲ ಬೆಚ್ಚಿಬಿದ್ದರು. ನಡೆದದ್ದು ಏನು ಎಂದು ಅರಿವಾಗಲು ಅವರಿಗೆ ಹೆಚ್ಚು ಸಮಯ ಬೇಕಾಗಲಿಲ್ಲ. ರಕ್ತದ ಮಡುವಿನಲ್ಲಿ ಬಿದ್ದಿದ್ದ ಆ ಪೈಲಟ್ ಕಡೆಗೊಮ್ಮೆ ದೃಷ್ಟಿ ಹಾಯಿಸಿದರು. ನಮ್ಮ ಪ್ರಾಣವನ್ನು ಉಳಿಸಲು ಅವನೇ ಅಷ್ಟು ಹೋರಾಡುತ್ತಿರುವಾಗ, ನಾವ್ಯಾಕೆ ತಿರುಗಿ ಬೀಳಬಾರದು ಎಂಬ ಧೈರ್ಯ ಪ್ರಯಾಣಿಕರಲ್ಲಿ ಮೂಡಿತು. ಅವರೆಲ್ಲ ಒಂದಾಗಿ ಒಮ್ಮೆಲೇ ಹೋ ಎಂದು ಭಯೋತ್ಪಾದಕರ ಮೇಲೆ ಬಿದ್ದರು.

ಅಷ್ಟೇ, ಹತ್ತೇ ನಿಮಿಷದಲ್ಲಿ ಅಷ್ಟೂ ಜನ ಭಯೋತ್ಪಾದಕರನ್ನು ಹಿಡಿದು ಬಂಧಿಸಿ, ಕೈಗೆ ಸಿಕ್ಕ ಹಗ್ಗದಂತಹ ವಸ್ತುಗಳನ್ನು ಉಪಯೋಗಿಸಿ ಕಟ್ಟಿಹಾಕುವುದರಲ್ಲಿ ಪ್ರಯಾಣಿಕರು ಯಶಸ್ವಿಯಾದರು.

ಪೈಲಟ್ ಕೆಳಗೆ ಕುಸಿದುಬಿದ್ದಿದ್ದರಿಂದ ವಿಮಾನ ಹಾರಾಟ ವ್ಯತ್ಯಾಸವಾಗತೊಡಗಿತು. ನಿಯಂತ್ರಣ ತಪ್ಪಿದ ವಿಮಾನ ಅವೆನ್ಯೂ ರಸ್ತೆಯಲ್ಲಿ ಓಡಾಡುವ ಗೂಡ್ಸ್ ಆಟೋ ರಿಕ್ಷಾ ತರಹ ಎಲ್ಲೆಂದರಲ್ಲಿ, ಹೇಗೆಂದರೆ ಹಾಗೇ

ಹೋಗತೊಡಗಿತು. ಪರಿಸ್ಥಿತಿಯ ತೀವ್ರತೆಯನ್ನು ಅರಿತ ಪ್ರಯಾಣಿಕರೊಬ್ಬರು ತಕ್ಷಣ ತಮ್ಮ ಸೀಟಿನಿಂದ ಎದ್ದು ಹೋಗಿ, ಪೈಲಟ್ ನ ಕೈಯಿಂದ ರಕ್ತ ಸೋರದಂತೆ ಒಂದು ಬಟ್ಟೆಯನ್ನು ಕಟ್ಟಿದರು. ಪ್ರಯಾಣಿಕ ಸಾಲಲ್ಲಿದ್ದ ವೈದ್ಯರೊಬ್ಬರು, ಆದಷ್ಟು ವೇಗವಾಗಿ ಪ್ರಥಮ ಚಿಕಿತ್ಸೆಯನ್ನು ಮಾಡಿ, ಪೈಲಟ್ ನನ್ನ ಬದುಕಿಸಿದರು. ಹಾಗೂ ಹೀಗೂ ಸಾವರಿಸಿಕೊಂಡು ಎದ್ದ ಪೈಲಟ್ ತನ್ನ ಸೀಟಿಗೆ ಬಂದು ಹತ್ತಿರದಲ್ಲೇ ಇದ್ದ ವಿಮಾನ ನಿಲ್ದಾಣವೊಂದರಲ್ಲಿ ವಿಮಾನವನ್ನು ಸುರಕ್ಷಿತವಾಗಿ ಇಳಿಸಿದರು. ಸುರಕ್ಷಿತರಾಗಿ ತಲುಪಿಸಿದ್ದಕ್ಕೆ ಪ್ರಯಾಣಿಕರೆಲ್ಲಾ ಪೈಲಟ್ ಗೆ ಕೃತಜ್ಞತೆ ಹೇಳಿದರು. ವಿಮಾನ ನಿಲ್ದಾಣದ ವಿಶೇಷ ಆಸ್ಪತ್ರೆಗೆ ಪೈಲಟ್ ಅನ್ನು ತಂದು ಚಿಕಿತ್ಸೆ ಕೊಡಿಸಲಾಯಿತು.

"ಸಾರ್. ಅಷ್ಟು ಕಷ್ಟದ ಸಮಯದಲ್ಲೂ ನಿಮಗೆ ಅಷ್ಟು ಧೈರ್ಯ ಬರಲು ಕಾರಣವೇನು? ಹೇಗೆ ಸಾಧನೆ ಮಾಡಿದಿರಿ ಇದನ್ನೆಲ್ಲಾ? ನಿಮ್ಮ ಸಾಹಸ ಮತ್ತು ಶೌರ್ಯವನ್ನು ಕೊಂಡಾಡಲು ನಮಗೆ ಪದಗಳೇ ಸಾಲದು." ಪತ್ರಕರ್ತರ ಪ್ರಶ್ನೆಗೆ ಪೈಲಟ್ ಪರಮಶಿವ ಸಾವರಿಸಿಕೊಂಡು ಉತ್ತರಿಸಿದ:

“ಅವತ್ತು ನಡೆದದ್ದು ಇದು: ಭಯೋತ್ಪಾದಕ ಬಂದು ಬಂದೂಕನ್ನು ನನ್ನ ತಲೆಗೆ ಒತ್ತಿ ನಿಂತ. ಒಮ್ಮೆಲೇ ನನಗೆ ಭಯವಾಗತೊಡಗಿತು. ಕಣ್ಮುಚ್ಚಿ ಒಮ್ಮೆ ದಿನಾ ಬೆಳಿಗ್ಗೆ ಮನೆಯಲ್ಲಿ ನನ್ನ ಹೆಂಡತಿ ಮಾಡಿಡುವ ಉಪ್ಪಿಟ್ಟು ಮತ್ತು ಅದನ್ನು ಕಷ್ಟಪಟ್ಟು ತಿನ್ನುವ ಕಷ್ಟವನ್ನು ಒಮ್ಮೆ ನೆನಪಿಸಿಕೊಂಡೆ. ಆ ಉಪ್ಪಿಟ್ಟನ್ನು ತಿನ್ನುವ ಕಷ್ಟದ ಮುಂದೆ ಭಯೋತ್ಪಾದಕ ಹಿಡಿದಿದ್ದ ಬಂದೂಕ ಏನೇನೂ ಅಲ್ಲವೇನೋ ಎನಿಸಿತು.

ಉಪ್ಪಿಟ್ಟು ತಿನ್ನುವಂತಹ ಕಷ್ಟವನ್ನು ಅನುಭವಿಸಿಯೇ ನಾನು ಬದುಕಿದ್ದೇನೆ. ಅಂತಾದ್ದರಲ್ಲಿ ಇದ್ಯಾವ ಮಹಾ ಕಷ್ಟ ಅನ್ನಿಸಿ ಧೈರ್ಯ ಮಾಡಿದೆ. ಹೋರಾಡಿದೆ."

ಅಂತೂ ಉಪ್ಪಿಟ್ಟಿನ ದೆಸೆಯಿಂದ ನೂರಾ ಇಪ್ಪತ್ತು ಜನರ ಪ್ರಾಣ ಉಳಿದಿತ್ತು.

12

ನೆನಪಿರಲಿ

ಮಾಡೋ ವಿಧಾನ ಗೊತ್ತು ಒಬ್ಬಟ್ಟು ತಂಬಿಟ್ಟು ನಿಪ್ಪಟ್ಟು
ಆದ್ರೂ ಹೆಂಡ್ತಿ ಮಾಡ್ತಾಳೆ ದಿನಾ ಉಪ್ಪಿಟ್ಟು.

13

ಮೊಲ ಮತ್ತು ಸಿಂಹ

ಬಂಡೀಪುರದ ದಟ್ಟ ಕಾಡಿನಲ್ಲಿ ತುಂಬಾ ವರ್ಷಗಳ ಹಿಂದೆ ಸಿಂಹವೊಂದಿತ್ತು. ಬಹಳ ಆಕ್ರಮಣಕಾರಿ ಮನೋಭಾವದ ಆ ಸಿಂಹ ಪ್ರತಿ ದಿನ ಕಾಡಿನ ಒಳಕ್ಕೆ ನುಗ್ಗಿ ಕೈಗೆ ಸಿಕ್ಕ ಪ್ರಾಣಿಗಳನ್ನು ಬೇಟೆಯಾಡಿ ಕೊಲ್ಲುತ್ತಿತ್ತು. ಆಹಾರ ಬೇಡದಿದ್ದರೂ, ಹೊಟ್ಟೆ ತುಂಬಿದ್ದರೂ ಕೂಡ ಸುಖಾಸುಮ್ಮನೆ ಪ್ರಾಣಿಗಳನ್ನು ಕೊಳ್ಳುವುದನ್ನು ನೋಡಿದ ಕಾಡಿನ ಪ್ರಾಣಿಗಳೆಲ್ಲ ಇದರ ಬಗ್ಗೆ ಚರ್ಚಿಸಲೆಂದೇ ಒಂದು ದುಂಡು(ಗುಂಡು) ಮೇಜಿನ ಸಭೆಯನ್ನು ಏರ್ಪಡಿಸಿದರು. ಸಭೆಯಲ್ಲಿ ಭಾಗವಹಿಸುವ ಎಲ್ಲ ಪ್ರಾಣಿಗಳಿಗೂ ಪಾರ್ಲೆ ಜಿ ಬಿಸ್ಕತ್ತು ಮತ್ತು ಕರೋನ ಕಷಾಯವನ್ನು ತಯಾರಿಸುವ ಜವಾಬ್ದಾರಿಯನ್ನು ನರಿಗೆ ವಹಿಸಲಾಯಿತು. ಸಭೆಯಲ್ಲಿ ಸಾಮಾಜಿಕ ಅಂತರ ಕಾಪಾಡಿಕೊಳ್ಳುವ ಹಾಗು ಫೇಸ್ ಮಾಸ್ಕ್ ಹಂಚುವ ಕೆಲಸ ಜಿಂಕೆಗೆ ಕೊಡಲಾಯಿತು. ಎಂದಿನಂತೆ ಈ ಸಲವೂ ಗೂಬೆಯೇ ಕ್ಯಾಮರಾ ಮ್ಯಾನ್ ಎಂದು ನಿರ್ಧಾರವಾಯ್ತು.

ಪ್ರತಿ ಸಲದಂತೆ ಈ ಬಾರಿಯೂ ಕೂಡ ಕಾರ್ಯಕ್ರಮ ಅರ್ಧಗಂಟೆ ನಿಧಾನವಾಗಿ ಆರಂಭವಾಯ್ತು. ಮೊದಲಿಗೆ ಪ್ರಾರ್ಥನೆ ಮಾಡಿ ಶುಭಕೋರಿದವರು ಆ ಕಾಡಿನ ಪ್ರಸಿದ್ಧ ಕಾಗೆರಾಯ. ಪ್ರಾರ್ಥನೆಯ ನಂತರ ಕೆಂಭೂತದಿಂದ ಒಂದು ನಯನ ಮನೋಹರ ನೃತ್ಯ ಕಾರ್ಯಕ್ರಮ ಏರ್ಪಾಟಾಗಿತ್ತು. ಒಟ್ಟಿನಲ್ಲಿ ಮನರಂಜನಾ ಕಾರ್ಯಕ್ರಮವೆಲ್ಲ ಮುಗಿದು, ಸಭೆ ಆರಂಭವಾಯ್ತು.

ಮೊದಲಿಗೆ ಸಭೆಯನ್ನು ಉದ್ದೇಶಿಸಿ ಮಾತನಾಡಿದ ಕಪಿರಾಯ, ಇತ್ತೀಚಿಗೆ ಸಿಂಹರಾಜನ ವರ್ತನೆಯ ಬಗ್ಗೆ ವಿವರವಾದ ವರದಿಯನ್ನೊಪ್ಪಿಸಿದ. ಅದನ್ನೆಲ್ಲ ಕೇಳಿ, ಕಡೆಗೆ ಒಮ್ಮತದಿಂದ ಸಭೆಯ ಸದಸ್ಯರೆಲ್ಲಾ ಒಂದು ನಿರ್ಧಾರಕ್ಕೆ ಬಂದು,

ಆ ನಿರ್ಧಾರವನ್ನು ಸಿಂಹರಾಜನಿಗೆ ಈ - ಮೈಲ್ ಮೂಲಕ ಕಳಿಸಲಾಯಿತು. ಸಿಂಹರಾಜನಿಗೆ ಪ್ರಾಣಿಗಳು ಕಳಿಸಿದ್ದ ಈ - ಮೈಲ್ ಸಾರಾಂಶ ಹೀಗಿತ್ತು:

"ಪ್ರೀತಿಯ ಸಿಂಹರಾಜನಿಗೆ ನಮಸ್ಕಾರ. ಈಗಾಗಲೇ ಕೋವಿಡ್ ತೊಂದರೆಯಿಂದ ನಾವೆಲ್ಲ ತುಂಬಾ ಬಳಲಿದ್ದೇವೆ. ಅಂತಹ ಸಂದರ್ಭದಲ್ಲಿ ಇದ್ದಕ್ಕಿದ್ದಂತೆ ಬರುವ ಬೆಂಗಳೂರಿನ ಮಳೆಯಂತೆ ನೀನು ಬಂದು ಪ್ರಾಣಿಗಳನ್ನು ಬೇಟೆಯಾಡುವುದು ತರವಲ್ಲ. ಹಾಗಾಗಿ ನಾವು ಈ ಈ - ಮೈಲ್ ಅನ್ನು ಕಳಿಸುತ್ತಿದ್ದೇವೆ. ಇನ್ನು ಮುಂದೆ ದಿನಕ್ಕೊಂದು ಪ್ರಾಣಿಯಂತೆ ನಾವೇ ನಿನ್ನ ಬಳಿಗೆ ಆಹಾರವಾಗಿ ಬರುತ್ತೇವೆ. ನಾವೇ ನಿನ್ನ ಮನೆ ಬಾಗಿಲಿಗೆ ಬರುವುದರಿಂದ ನಿನಗೆ ಬೇಟೆಯಾಡುವ ಪ್ರಮೇಯವೇ ಇಲ್ಲ. ನಿನ್ನ ಪಾಡಿಗೆ ನೀನು ಐ ಪಿ ಎಲ್ ಮ್ಯಾಚುಗಳನ್ನು ನೋಡಿಕೊಂಡು ಇರಬಹುದು. ಯಾವ ದಿನ ಯಾವ ಪ್ರಾಣಿ ನಿನಗೆ ಆಹಾರವಾಗಬೇಕು ಎಂಬ ಟೈಮ್ ಟೇಬಲ್ ಅನ್ನು ನಾವು ತಯಾರಿಸಿ, ಕಾಡಿನ ವೆಬ್ಸೈಟ್ ನಲ್ಲಿ ನಾಳೆ ಸಂಜೆ ಪ್ರಕಟಿಸುತ್ತೇವೆ.

ಇಂತಿ ನಿನ್ನ ಸಹೋದ್ಯೋಗಿಗಳು ಮತ್ತು ನೆರೆ ಹೊರೆಯವರು."

ಈ ಪತ್ರವನ್ನು ಓದಿದ್ದೇ ಸಿಂಹರಾಜನಿಗೂ ಖುಷಿಯಾಯ್ತು. ಬೇಟೆಯಾಡುವ ಪ್ರಸಂಗವೇ ಇಲ್ಲ. ಇಲ್ಲೇ ಇದ್ದು ರಾಜ ವೈಭವವನ್ನು ಸವಿಯಬಹುದು ಎಂದು ಸಿಂಹರಾಜ ಐ ಪಿ ಎಲ್ ನೋಡುವುದರಲ್ಲಿ ಮಗ್ನನಾದ.

ದಿನಕ್ಕೊಂದು ಪ್ರಾಣಿಗಳು ರಾಜನ ಗುಹೆಯ ಮುಂದೆ ಬಂದು ನಿಂತು ತಾವೇ ರಾಜನಿಗೆ ಆಹಾರವಾಗುತ್ತಿದ್ದವು. ಹೀಗಾಗಿ ಬರುಬರುತ್ತಾ ಸಿಂಹರಾಜನೂ ಬೇಟೆಯನ್ನು ಮರೆತು ಸೋಮಾರಿಯಾದ. ಸಂಜೆ ಆರಾದರೆ ಸಾಕು ಧಾರಾವಾಹಿ ನೋಡಲು ಟೀವಿ ಮುಂದೆ ಕೂರುವ ಹೆಂಗಸರ ರೀತಿ ತಾನೂ ಕೂಡ ಸದಾ ಕಾಲ ಟಿವಿ, ಕಂಪ್ಯೂಟರ್ ನಲ್ಲೆ ಕಾಲ ಕಳೆಯುತ್ತಿದ್ದ.

ಹೀಗಿರಲು ಅದೊಂದು ದಿನ ಮದ್ಯಾಹ್ನವಾದರೂ ಇನ್ನೂ ಊಟ ಬಂದಿಲ್ಲ. ಏನಿದು? ಬೆಳಿಗ್ಗೆ ಹತ್ತು ಗಂಟೆಗೆಲ್ಲ ಬರುತ್ತಿದ್ದ ಪ್ರಾಣಿಗಳು ಇವತ್ತು ಮಧ್ಯಾಹ್ನವಾದರೂ ಬಂದಿಲ್ಲ ಎಂದು ಯೋಚಿಸುತ್ತಾ, ಕೈಗೆ ಕಟ್ಟಿದ್ದ ರೋಲೆಕ್ಸ್ ಗಡಿಯಾರದ ಕಡೆ ಒಮ್ಮೆ ಕಣ್ಣು ಹಾಯಿಸಿದ. ಆಗಲೇ ಮಧ್ಯಾಹ್ನ ಹನ್ನೆರಡು ಗಂಟೆ. ಇನ್ನೂ ಊಟ ಬಂದಿಲ್ಲವೇಕೆ ಎಂದು ಗುಹೆಯ ಹೊರಗೆ ಬಂದ. ಅಲ್ಲೆಲ್ಲೋ ದೂರದಲ್ಲಿ ನಿಧಾನವಾಗಿ ರ್ಯಾಂಪ್ ವಾಕ್ ಮಾಡುವ ಮಾಡೆಲ್ ತರಹ ಹೆಜ್ಜೆ ಮೇಲೆ ಹೆಜ್ಜೆ ಹಾಕುತ್ತಾ ನಿಧಾನವಾಗಿ ಬರುತ್ತಿದ್ದ - ಮೊಲರಾಯ.

"ಹೇ ಮೊಲ ಬಾ ಇಲ್ಲಿ ಬೇಗ. ಇದೇನು ಇಷ್ಟು ನಿಧಾನವಾಗಿ ಬರುತ್ತಿದ್ದೀಯ? ಬೇಗ ಓಡಿ ಬಾ" ಎಂದು ಜೋರಾಗಿ ಘರ್ಜಿಸಿದ. ಉಹೂ, ಸಿಂಹರಾಜನ ಮಾತು

ಮೊಲರಾಯನಿಗೆ ಕೇಳಿಸಿತೋ ಇಲ್ಲವೋ ತಿಳಿಯದು.

"ಹೇ ನಿನಗೇ ಹೇಳಿದ್ದು ಬಾ ಇಲ್ಲಿ ಬೇಗ."

ಅಂತೂ ಇಂತೂ ನಿಧಾನವಾಗಿ ಮೊಲರಾಯ ಸಿಂಹರಾಜನ ಬಳಿ ಬಂದ.

"ಹೇ ಮೊಲ? ಎಷ್ಟು ಸೊಕ್ಕು ನಿನಗೆ? ಏತಕ್ಕೆ ಇಷ್ಟು ನಿಧಾನ? ಏನಾಯ್ತು?"

ಸಿಂಹರಾಜ, ದಯಮಾಡಿ ಕ್ಷಮಿಸು. ನಿನಗೆ ಆಹಾರವಾಗಲೆಂದೇ ನಾನು ಬೆಳಿಗ್ಗೆ ಎದ್ದು ಮೇಕ್ ಅಪ್ ಮಾಡಿಕೊಂಡು ಲಿಪ್ಸ್ ಸ್ಟಿಕ್ ಹಚ್ಚಿಕೊಂಡು ಬರುತ್ತಿದ್ದೆ. ಆದರೆ ಇವತ್ತು ನನ್ನ ಜೀವನದ ಕೊನೆಯ ದಿನ ಅಲ್ಲವಾ? ಹಾಗಾಗಿ ನನ್ನ ಮನೆಯಲ್ಲಿ ಅದೆಂತದೋ ಉಪ್ಪಿಟ್ಟು ಅನ್ನುವ ತಿಂಡಿ ಮಾಡಿದ್ದರು. ತುಂಬಾ ರುಚಿಯಾಗಿತ್ತು. ಅದನ್ನು ಹೊಟ್ಟೆ ತುಂಬಾ ತಿಂದುಬಿಟ್ಟಿದ್ದೆ, ಒಳ್ಳೆಯ ನಿದ್ದೆ ಬಂದುಬಿಟ್ಟಿತು. ಹೊಟ್ಟೆಭಾರ ಆಗಿತ್ತು ಕೂಡ. ಸ್ವಲ್ಪ ಕಾಲ ನಿದ್ದೆ ಹೋಗಿ ಮತ್ತೆ ಎದ್ದು ಬರೋಣವೆಂದರೆ, ಹೊಟ್ಟೆ ತುಂಬಿ ಹೋಗಿದ್ದರ ಪರಿಣಾಮ ಜೋರಾಗಿ ನಡೆಯಲಾಗದು. ಆದ್ದರಿಂದ ತೆವಳುತ್ತಾ ಬಂದೆ. ಕ್ಷಮಿಸು."

"ಏನು? ಉಪ್ಪಿಟ್ಟು ಅಷ್ಟು ರುಚಿಯಾಗಿರುವುದೇ?"

"ಹೌದು ಸಿಂಹರಾಜ. ಬಹಳ ರುಚಿ."

"ಹಾಗಾದರೆ ನನಗೂ ಆ ಉಪ್ಪಿಟ್ಟು ಬೇಕು. ಹೋಗು ತಗೊಂಡು ಬಾ."

"ಇಲ್ಲ ಸಿಂಹರಾಜ, ಕೂಡದು. ಪ್ರಾಣಿಗಳನ್ನು ತಿನ್ನುವುದನ್ನು ನೀನು ನಿಲ್ಲಿಸುತ್ತೇನೆ ಎಂದು ಅಭಯವನ್ನಿತ್ತರೆ ಮಾತ್ರ ನಾನು ಆ ಉಪ್ಪಿಟ್ಟನ್ನು ನಿನಗೆ ಕೊಡಿಸುವೆ. ಇಲ್ಲವಾದರೆ ಇಲ್ಲ."

"ಎಲಾ ಮೊಲವೇ! ನನ್ನ ಎದುರಿಗೇ ನಿಂತು ಮಾತಾಡುವಷ್ಟು ಸೊಕ್ಕೆ ನಿನಗೆ?"

"ಹೌದು ಸಿಂಹರಾಜ. ನಾವು ನಿನಗೆ ಹೆದರುವುದಾದರೂ ಏತಕ್ಕೆ? ನೀನೆಲ್ಲಿ ನಮ್ಮನ್ನು ಕೊಂದುಬಿಡುತ್ತೀಯೋ ಎಂಬ ಭಯದಿಂದ ತಾನೇ? ಹೇಗಿದ್ದರೂ ನಾನು ಈಗ ಸಾಯಲಿದ್ದೇನೆ ಅಂದ ಮೇಲೆ ಸತ್ಯ ಹೇಳಲು ನನಗೆ ಭಯವೇಕೆ? ಪ್ರಪಂಚದ ತಿನಿಸುಗಳಲ್ಲೇ ಅತ್ಯದ್ಭುತವಾದ ಉಪ್ಪಿಟ್ಟನ್ನು ನೀನು ತಿನ್ನಬೇಕೆಂದರೆ ಇನ್ನು ಮುಂದೆ ಪ್ರಾಣಿಗಳನ್ನು ಕೊಲ್ಲುವುದಿಲ್ಲವೆಂದು ನನಗೆ ಭಾಷೆ ಕೊಡು. ಇಲ್ಲವಾದರೆ ನನ್ನನ್ನು ಕೊಂದು ತಿನ್ನು. ನನಗೇನೂ ನಷ್ಟವಿಲ್ಲ. ಜೀವನದಲ್ಲಿ ಒಮ್ಮೆಯಾದರೂ ಉಪ್ಪಿಟ್ಟನ್ನು ತಿಂದಿದ್ದೇನೆ ಎಂಬ ತೃಪ್ತಿಯೊಡನೆ ನಾನು ಸಾಯುತ್ತೇನೆ. ಅದೇ ನೀನು - ಜೀವನದಲ್ಲಿ ಇನ್ನೆಂದೂ ಉಪ್ಪಿಟ್ಟನ್ನು ತಿನ್ನಲಾರೆ. ಹಾಗಾಗಿ ಇದು ನಿನಗೇ ನಷ್ಟ. ನಾನು ಸಾಯಲು ಸಿದ್ಧ. ಈಗ ನಿರ್ಧಾರ ನಿನ್ನದು. ಬೇಗ ಒಂದು ನಿರ್ಧಾರ ಮಾಡಿ ಹೇಳು. ಮೊಲ ಬೇಕಾ? ಉಪ್ಪಿಟ್ಟು ಬೇಕಾ?"

ಸ್ವಲ್ಪ ಹೊತ್ತು ಆಕಡೆ ಈ ಕಡೆ ಓಡಾಡಿ, ಯೋಚಿಸಿ ಕಡೆಗೆ ಸಿಂಹರಾಜ ಮೊಲರಾಯನಿಗೆ ಮಾತು ಕೊಟ್ಟ – "ಹೇ ಮೊಲರಾಯ ಇನ್ನು ಮುಂದೆ ನಾನು ಯಾವುದೇ ಪ್ರಾಣಿಗಳನ್ನು ಕೊಲ್ಲಲಾರೆ. ನೀವೆಲ್ಲ ಮೊದಲಿನಂತೆಯೇ ಸ್ವಚ್ಛಂದವಾಗಿ ಕಾಡಿನ ತುಂಬಾ ಓಡಾಡಿಕೊಂಡಿರಿ. ಇದೇ ನಾ ಮಾಟ. ನಾ ಮಾಟೇ ಶಾಸನಂ" ಎಂದು ಮಾತು ಕೊಟ್ಟ.

ಸಿಂಹರಾಜನ ಮಾತು ಕೇಳಿ ಸಂತೋಷಗೊಂಡ ಮೊಲರಾಯ ಸಿಂಹರಾಜನನ್ನು ಮನೆಗೆ ಕರೆದುಕೊಂಡು ಹೋಗಿ ದೊಡ್ಡ ಬಾಳೆ ಎಲೆಯ ತುಂಬಾ ಉಪ್ಪಿಟ್ಟನ್ನು ಬಡಿಸಿದ. ಮನಸಾರೆ ಉಪ್ಪಿಟ್ಟಿನ ಸ್ವಾದವನ್ನು ಸವಿದ ಸಿಂಹರಾಜ. ತನ್ನ ದರ್ಪದಿಂದ ಇಷ್ಟು ದಿನ ಇಂತಹ ಊಟವನ್ನು ಮಿಸ್ ಮಾಡಿಕೊಂಡೆನಲ್ಲಾ ಎಂದು ತನ್ನನ್ನು ತಾನೇ ಹಳಿಯುತ್ತಾ, ಅಷ್ಟೂ ಉಪ್ಪಿಟ್ಟನ್ನು ಖಾಲಿ ಮಾಡಿದ.

"ಇನ್ನೆಂದೂ ನಾನು ಪ್ರಾಣಿಗಳನ್ನು ಕೊಲ್ಲಲಾರೆ. ಬದಲಿಗೆ, ದಿನಾ ಒಬ್ಬಬ್ಬರ ಮನೆಯಲ್ಲಿ ಉಪ್ಪಿಟ್ಟನ್ನು ಮಾಡಿಕೊಡಿ. ನೀವು ನನ್ನ ಗುಹೆಯ ಬಳಿ ಬರುವುದು ಬೇಡ. ನಾನೇ ನಿಮ್ಮ ಮನೆಗೆ ಬಂದು ನೀವು ಮಾಡಿಟ್ಟ ಉಪ್ಪಿಟ್ಟನ್ನು ಸವಿದು ನಿಮ್ಮಲ್ಲಿ ಒಬ್ಬನಾಗಿರುತ್ತೇನೆ. ನಾವೆಲ್ಲ ಸ್ನೇಹೋತರಾಗಿರೋಣ" ಎಂದ.

ಅಂತೂ ಉಪ್ಪಿಟ್ಟು ಎಂಬ ಮಾಯೆ ನೂರಾರು ಪ್ರಾಣಿಗಳ ಜೀವ ಉಳಿಸಿತ್ತು.ಮೊಲರಾಯನ ಉಪಾಯದಿಂದ ಕಾಡಿನ ಪ್ರಾಣಿಗಳೆಲ್ಲ ಸಂತೋಷದಿಂದ ಕೇಕೆ ಹಾಕುತ್ತಾ, ಅವರವರ ಮನೆ ಕಡೆಗೆ ನಡೆದರು.

14
ನೆನಪಿರಲಿ

ಹೆಂಡ್ತಿ ಮಾಡಿರೋ ಉಪ್ಪಿಟ್ಟಿಗೇ ಹೆದರಲ್ಲ ನಾವು
ಅಂತಾದ್ರಲ್ಲಿ ಚೈನೀಸ್ ಮಾಡಿರೋ ಕರೋನಗೆ ಹೆದುರ್ತೀವಾ?

15

ಉಪ್ಪಿಟ್ಟಿಟ್ಟ ಮನೆಗೆ...

ಬ್ರಿಟಿಷರು ಭಾರತಕ್ಕಿನ್ನೂ ಕಾಲಿಟ್ಟಿರಲಿಲ್ಲ. ವಿಜಯನಗರ ಸಾಮ್ರಾಜ್ಯ ಸಂಪದ್ಭರಿತ ದೇಶವಾಗಿತ್ತು. ಮುತ್ತು ರತ್ನಗಳನ್ನು ರಸ್ತೆಗಳಲ್ಲಿ ಇಟ್ಟು ವ್ಯಾಪಾರ ಮಾಡುತ್ತಿದ್ದ ಕಾಲ. ಆ ರಾಜ್ಯದ ಒಂದು ಗ್ರಾಮ - ಶಾಂತಿಪುರ. ಹೆಸರಿಗೆ ತಕ್ಕ ಹಾಗೆ ಅದು ಶಾಂತಿಪುರವೇ. ಪ್ರೀತಿ, ವಿಶ್ವಾಸ, ದಯೆಗಳೇ ಪ್ರಜೆಗಳ ಉಸಿರಾಗಿದ್ದವು.

ಹೀಗಿದ್ದ ಶಾಂತಿಪುರಕ್ಕೆ ರಾಮಪ್ಪನೆಂಬ ಯುವಕ ಕೆಲಸ ಕೇಳಿಕೊಂಡು ಬಂದನು. ಶಾಂತಿಪುರದ ಊರ ಹಿರಿಯರೆಲ್ಲ ಸಭೆ ಸೇರಿ, ರಾಮಪ್ಪನಿಗೆ ಬಂಗಾರದ ಒಡವೆಗಳನ್ನು ತಯಾರಿಸುವ ಕೆಲಸ ಹೇಳಿಕೊಡುವಂತೆಯೂ, ಅವನಿಗೆ ತಿಂಗಳಿಗೆ ಹದಿನಾಲ್ಕು ವರಹ ಪಗಾರ ಕೊಡುವಂತೆಯೂ ನಿರ್ಧಾರ ಮಾಡಿದರು. ಊರ ಹಿರಿಯರಾದ ಪಟೇಲರ ಮನೆಯಲ್ಲಿಯೇ ಇವನಿಗೆ ಉಳಿದುಕೊಳ್ಳುವ ವ್ಯವಸ್ಥೆಯನ್ನೂ ಮಾಡಿದರು.

ರಾಮಪ್ಪ ಹೇಳಿ ಕೇಳಿ ತುಂಬಾ ಚುರುಕು ಹುಡುಗ. ಹೇಳಿಕೊಟ್ಟ ವಿದ್ಯೆಯನ್ನು ಫಟಾಫಟ್ ಎಂದು ಕಲಿತುಬಿಡುತ್ತಿದ್ದ. ಅತೀ ಕಡಿಮೆ ಸಮಯದಲ್ಲಿಯೇ ಅತ್ಯಂತ ಕುಶಾಗ್ರಮತಿ ಕೆಲಸಗಾರನೆಂದು ಹೆಸರು ಪಡೆದ. ಊಟ ತಿಂಡಿ ಎಲ್ಲಾ ಪಟೇಲರ ಮನೆಯಲ್ಲಿಯೇ ವ್ಯವಸ್ಥೆಯಾಗಿತ್ತಲ್ಲವೇ? ಪಟೇಲರ ಬಳಿ ಮೊದಲ ದಿನವೇ ಹೋಗಿ ಮಾತಾಡಿದ್ದ

"ಪಟೇಲರೇ , ತಾವು ತಪ್ಪು ತಿಳಿಯಲಾರಿರಿ ಎಂದರೆ ಒಂದು ಚಿಕ್ಕ ಕೋರಿಕೆ. ನೀವು ಏನು ಅಡಿಗೆ ಮಾಡಿದರೂ ಸರಿಯೇ, ತಂಗಳಾದರೂ ಸರಿಯೇ, ನಾಯಿಗೆ ಹಾಕುವ ಊಟ ಹಾಕಿದರೂ ಸರಿಯೇ, ಮರುಮಾತಡದೆ ತಿನ್ನುತ್ತೇನೆ. ಆದರೆ

ಉಪ್ಪಿಟ್ಟನ್ನು ಮಾತ್ರ ನಾನು ನಿಮ್ಮ ಮನೆಯಲ್ಲಿ ತಿನ್ನಲಾರೆ. ಹಾಗಂತ ಉಪ್ಪಿಟ್ಟು ಎಂದರೆ ಅಸಹ್ಯ ಎಂಬ ಭಾವನೆಯಿಂದ ನಾನು ಹೀಗೆ ಹೇಳಿದೆನೆಂದು ತಪ್ಪು ತಿಳಿಯಬೇಡಿ. ಅದರ ಹಿಂದೆ ಬೇರೇನೋ ಕಾರಣವಿದೆ. ಎಂದೆಂದೂ ನಿಮ್ಮ ಮನೆಯಲ್ಲಿ ಉಪ್ಪಿಟ್ಟನ್ನು ಮಾತ್ರ ತಿನ್ನಲಾರೆ. ಬೇರೆ ಮನೆಯ ಉಪ್ಪಿಟ್ಟಾದರೆ ತಿಂದೇನು. ಆದರೆ ನಿಮ್ಮ ಮನೆಯ ಉಪ್ಪಿಟ್ಟು ಕೂಡದು" ಎಂದು ಖಡಾಖಂಡಿತವಾಗಿ ನುಡಿದಿದ್ದ.

ಇವನ ಮಾತನ್ನು ಕೇಳಿ ಪಟೇಲರು ಕೆಲ ಕ್ಷಣ ವಿಚಲಿತನರಾದರೂ, ಬಳಿಕ ಸಾವರಿಸಿಕೊಂಡು, ಇವನು ಹೀಗೆ ಹೇಳುತ್ತಿದ್ದನೆಂದರೆ ಏನೋ ಬಲವಾದ ಕಾರಣವಿರಬೇಕೆಂದು ಯೋಚಿಸಿ, ಸರಿ ಎಂಬಂತೆ ತಲೆಯಾಡಿಸಿದರು. ಪಟೇಲರ ಮನೆಯಲ್ಲಿ ಕೂಡ ಯಾರೂ ಇವನಿಗೆ ಉಪ್ಪಿಟ್ಟು ತಿನ್ನುವಂತೆ ಬಲವಂತ ಮಾಡಲಿಲ್ಲ.

ಇವನೂ ಕೂಡ ಚೆನ್ನಾಗಿ ಶ್ರದ್ಧೆ ಇಟ್ಟು ಕೆಲಸ ಮಾಡುತ್ತಿದ್ದ. ಅಷ್ಟೇ ಅಲ್ಲದೆ ಪಟೇಲರ ಹೆಂಡತಿಗೆ ಮನೆ ಕೆಲಸದಲ್ಲೂ ಸಹಾಯ ಮಾಡುತ್ತಿದ್ದ. ಬಾವಿಯಿಂದ ನೀರು ಸೇದಲು, ಅಡಿಗೆಮನೆಯಲ್ಲಿ ತರಕಾರಿ ಹೆಚ್ಚಿಕೊಡಲು, ರಾಮಪ್ಪ ಇರದಿದ್ದರೆ ಕೆಲಸವೇ ನಡೆಯದೇನೋ ಎಂಬಂತಾಗಿತ್ತು. ರಾಮಪ್ಪನ ಸಹಾಯದಿಂದಾಗಿ ಪಟೇಲರ ಹೆಂಡತಿಗೆ ಕೆಲಸದ ಹೊರೆ ಅರ್ಧ ತಗ್ಗಿತ್ತು.

ಒಂದು ದಿನ ಬೆಳಗ್ಗೆ ಕೋಳಿ ಕೂಗುವ ಸದ್ದಿಗೆ ಪಟೇಲರ ಮನೆಯಲ್ಲಿ ಎಲ್ಲರೂ ನಿದ್ದೆಯಿಂದ ಎದ್ದರು. ನೋಡಿದರೆ ರಾಮಪ್ಪ ಮನೆಯಲಿಲ್ಲ. ಎಲ್ಲೋ ಜಲಬಾಧೆ ತೀರಿಸಿಕೊಳ್ಳಲು ಹೋಗಿರಬಹುದೆಂದುಕೊಂಡರು. ಸೂರ್ಯ ನೆತ್ತಿ ಮೇಲೆ ಬಂದರೂ ರಾಮಪ್ಪನ ಸುಳಿವಿಲ್ಲ.

"ಏನಿದು? ರಾಮಪ್ಪ ಎಲ್ಲಿ ಹೋದ?" ಎಂದು ಯೋಚಿಸುತ್ತಿರುವಾಗಲೇ, ಅರ್ಧ ಬಾಗಿಲು ತೆರೆದಿದ್ದ ಪೆಟ್ಟಿಗೆ ಕಾಣಿಸಿತು. ಅಂತೂ ಮನೆಯಲ್ಲಿದ್ದ ಬೆಳ್ಳಿ, ಬಂಗಾರ, ಒಡವೆಗಳ ಜೊತೆ ರಾಮಪ್ಪ ಪರಾರಿಯಾಗಿದ್ದ.

ಏನಿದು? ಹೀಗಾಯ್ತಲ್ಲಾ? ಎಂದು ಎಲ್ಲರೂ ಯೋಚಿಸುತ್ತಾ ಕುಳಿತರು. ಒಬ್ಬರ ಮೇಲೆ ಒಬ್ಬರು ಆರೋಪ ಮಾಡಹತ್ತಿದರು. ರಾಮಪ್ಪ ಅಂತಹ ಮನುಷ್ಯನಲ್ಲವಲ್ಲ. ಹೀಗೆ ಮಾಡಿರಲಾರ. ಇದರ ಹಿಂದೆ ಬೇರೇನೋ ಕಾರಣವಿರಬೇಕೆಂದು, ಮನಸ್ಸನ್ನು ಸಮಸ್ಥಿತಿಗೆ ತಂದುಕೊಂಡು, ಮತ್ತೊಮ್ಮೆ ಮನೆಯನ್ನು ಜಾಲಾಡತೊಡಗಿದರು. ಆವಾಗಲೇ ಸಿಕ್ಕಿತ್ತು ರಾಮಪ್ಪ ಇವರಿಗಾಗಿ ಬರೆದಿಟ್ಟಿದ್ದ ಆ ಪತ್ರ -

"ಪ್ರೀತಿ ಪಾತ್ರರಾದ ಪಟೇಲರಿಗೆ, ರಾಮಪ್ಪನ ನಮನಗಳು. ನಮ್ಮ ಊರು ಸುರಪುರ. ಆನ್ಲೈನ್ ಜೂಜಿನ ಮೋಹಕ್ಕೆ ಸಿಕ್ಕು ನಾನು ದಿನದ ಇಪ್ಪತ್ತ ನಾಲ್ಕು ಗಂಟೆಯೂ ಮೊಬೈಲ್ ನಲ್ಲಿಯೇ ಕಾಲ ಕಳೆಯುತ್ತಿದ್ದೆ. ಮನೆಯಲ್ಲಿ ಇದ್ದ ಹಣವನ್ನೆಲ್ಲ ಆನ್ಲೈನ್ ಜೂಜಿನಲ್ಲಿ ಕಳೆದುಕೊಂಡೆ. ಹಣವನ್ನು ವಾಪಸ್ ಕೊಡದಿದ್ದರೆ ನಮ್ಮ ಮನೆಗೆ ಬೆಂಕಿ ಹಚ್ಚುವುದಾಗಿ ಸಾಲ ಕೊಟ್ಟವರು ಬೆದರಿಕೆ ಹಾಕಿದರು. ಹೇಗಾದರೂ ಮಾಡಿ ಒಂದು ತಿಂಗಳು ಸಮಯ ಕೊಡಿ, ನಿಮ್ಮೆಲ್ಲರ ಸಾಲವನ್ನು ನಾನು ತೀರಿಸುತ್ತೇನೆ ಎಂದು ಹೇಳಿ ಮನೆ ಬಿಟ್ಟು ಬಂದು ಈ ಊರನ್ನು ಸೇರಿದೆ. ಮನೆಯಲ್ಲಿ ನನಗಾಗಿ ಕಾದಿರುವ ಅಪ್ಪ ಅಮ್ಮರನ್ನು ಹೇಗಾದರೂ ಮಾಡಿ ಉಳಿಸಿಕೊಳ್ಳಬೇಕು. ಸಾಲ ಕೊಟ್ಟವರು ಬಂದು ಮನೆಗೆ ಬೆಂಕಿ ಹಚ್ಚದಂತೆ ಕಾಪಾಡಿಕೊಳ್ಳಬೇಕು. ನಮ್ಮ ಹಿರಿಯರು ಬಾಳಿದ ಮನೆ ಹಾಗೆಯೇ ಇರಬೇಕು. ನನ್ನ ಅಪ್ಪ ಅಮ್ಮ ಕಡೆಯ ಕ್ಷಣದಲ್ಲಿ ಅವರು ಬಾಳಿದ ಮನೆಯಲ್ಲಿಯೇ ಕಣ್ಮುಚ್ಚಬೇಕು. ಇದೆಲ್ಲ ಮಾಡಬೇಕಾದರೆ ನನಗೆ ಇರುವುದು ಒಂದೇ ದಾರಿ. ಕಳ್ಳತನ. ಹಾಗಾಗಿಯೇ ನಾನು ನಿಮ್ಮೂರನ್ನು ಸೇರಿದೆ. ನಿಮ್ಮ ಮನೆಯನ್ನು ಸೇರಿದೆ. ಆದರೆ ನಿಮ್ಮ ಪ್ರೀತಿಗೆ ಸೋತು ಹೋದೆ. ದೇವರಂತಹ ಮನಸ್ಸುಳ್ಳ ನಿಮಗೆ ಮೋಸ ಮಾಡುತ್ತಿದ್ದೇನೆ ಎಂಬ ಆತ್ಮ ಸಾಕ್ಷಿ ನನ್ನನ್ನು ಚುಚ್ಚಿ ಚುಚ್ಚಿ ಕೊಲ್ಲುತ್ತಿತ್ತು. ಆದರೂ ಎಲ್ಲಾ ಮನುಷ್ಯರಂತೆ ನಾನೂ ಕೂಡ ಸ್ವಾರ್ಥಿಯೇ. ನನ್ನ ಮನೆ, ನನ್ನ ಅಪ್ಪ ಅಮ್ಮನನ್ನು ಉಳಿಸಿಕೊಳ್ಳಬೇಕು ಎಂದು ಗಟ್ಟಿ ಮನಸ್ಸು ಮಾಡಿದೆ. ನಿಮ್ಮ ನಂಬಿಕೆಯನ್ನು ಸಂಪಾದಿಸಿದೆ. ಕಡೆಗೂ ನಿಮ್ಮ ಮನೆಯನ್ನು ದೋಚಿದೆ.

ಹಾ, ಇನ್ನೊಂದು ಮಾತು. ಚಿಕ್ಕ ವಯಸ್ಸಿಂದ ನನ್ನ ಅಮ್ಮ ನನಗೆ ಹೇಳುತ್ತಿದ್ದಳು - **ಉಪ್ಪಿಟ್ಟ ಮನೆಗೆ ದ್ರೋಹ ಬಗೆದರೂ, ಉಪ್ಪಿಟ್ಟಿಟ್ಟ ಮನೆಗೆ ದ್ರೋಹ ಬಗೆಯಬೇಡ**ಎಂದು. ಹಾಗಾಗಿಯೇ ನಿಮ್ಮ ಮನೆಯಲ್ಲಿ ನಾನು ಉಪ್ಪಿಟ್ಟು ತಿನ್ನುವುದಿಲ್ಲವೆಂದು ಆ ದಿನ ಹೇಳಿದ್ದು. ಪರಮ ಪವಿತ್ರವಾದ ಅಮೃತ ಸಮಾನವಾದ ಉಪ್ಪಿಟ್ಟನ್ನು ತಿಂದ ಮನೆಗೆ ದ್ರೋಹ ಮಾಡಲು ನನಗೆ ಮನಸ್ಸಾಗಲಿಲ್ಲ. ದಯವಿಟ್ಟು ಕ್ಷಮಿಸಿ.

ನಾನು ಕಳ್ಳನಲ್ಲ. ಪರಿಸ್ಥಿಯ ಒತ್ತಡಕ್ಕೆ ಸಿಕ್ಕಿ ಹೀಗಾದೆ. ಏನಾದರೂ ಮಾಡಿ, ಸಾಲವನ್ನು ತೀರಿಸಿ ಸಧ್ಯಕ್ಕೆ ಮನೆಯನ್ನು ಉಳಿಸಿಕೊಂಡರೆ ಸಾಕು. ದಯವಿಟ್ಟು ಆರು ತಿಂಗಳ ಸಮಯ ಕೊಡಿ. ಇನ್ನೆಂದೂ ಆನ್ಲೈನ್ ಜೂಜಿನ ಮೋಹಕ್ಕೆ ಒಳಗಾಗದೇ, ಕಷ್ಟ ಪಟ್ಟು ದುಡಿದು, ಕಾಸಿಗೆ ಕಾಸು ಕೂಡಿಟ್ಟು, ನಾನೇ ಖುದ್ದು ನಿಮ್ಮ ಮನೆಗೆ ಬಂದು ನಿಮ್ಮ ಒಡವೆಯನ್ನು ವಾಪಸ್ ಕೊಡುತ್ತೇನೆ. ದಯವಿಟ್ಟು

ಆರು ತಿಂಗಳ ಸಮಯ ಕೊಡಿ. ಈ ಕಳ್ಳನ ಮೇಲೆ ನಿಮ್ಮ ಕ್ಷಮೆಯಿರಲಿ."

- ಇಂತಿ ರಾಮಪ್ಪ.

ಪತ್ರವನ್ನೋದಿ ಪಟೇಲರ ಕಣ್ಣಿನಿಂದ ಎರಡು ಹನಿ ನೀರು ರಾಮಪ್ಪ ಬರೆದಿದ್ದ ಪತ್ರದ ಮೇಲೆ ತೊಟ್ಟಿಕ್ಕಿತು.

16
ನೆನಪಿರಲಿ

ಹೀಗೇ ತಿಂತಾ ಇದ್ರೆ ದಿನಾ ಉಪ್ಪಿಟ್ಟು
ಕೊರೋನಾನೇ ಓಡಿ ಹೋಗುತ್ತೆ ತಲೆಕೆಟ್ಟು.

17

ಸ್ವಾಮೀಜಿ ನೀಡಿದ ಧೈರ್ಯ

"ಸ್ವಾಮೀಜಿ, ನನ್ನನ್ನು ಕಾಪಾಡಿ. ನಿಮ್ಮ ಪಾದವೇ ಗತಿ. ನಿಮ್ಮನ್ನ ಬಿಟ್ಟರೆ ಇನ್ನ್ಯಾರೂ ನನಗೆ ಗತಿ ಇಲ್ಲ. ದಯಮಾಡಿ ನನ್ನನ್ನು ಉಳಿಸಿ"

ಅಳುತ್ತಾ ಬಂದು ಸ್ವಾಮೀಜಿ ಕಾಲ ಮೇಲೆ ಬಿದ್ದ ಭಕ್ತನನ್ನು ಸಮಾಧಾನಪಡಿಸಿದರು ಸ್ವಾಮೀಜಿ. "ಎದ್ದೇಳು ಮಗೂ. ಅಳು ನಿಲ್ಲಿಸು. ಸಮಾಧಾನ ಮಾಡಿಕೋ. ಆ ದೇವರನ್ನು ನೆನೆ. ಸ್ವಲ್ಪ ಹೊತ್ತು ನಿನ್ನ ಮನಸ್ಸನ್ನು ಹಸನುಗೊಳಿಸಿ, ಇಲ್ಲಿ ಕುಳಿತು ದೇವರ ಧ್ಯಾನ ಮಾಡು. ನಿನ್ನ ಮನಸ್ಸು ಸ್ವಲ್ಪ ತಹಬಂದಿಗೆ ಬಂದಮೇಲೆ ಮಾತನೋಡೋಣ" ಎಂದು ಆ ಭಕ್ತನನ್ನು ಪಕ್ಕದಲ್ಲೇ ಇದ್ದ ಧ್ಯಾನಪೀಠವೊಂದರ ಮೇಲೆ ಕೂಡಿಸಿದರು.

ಕಾಲಕಳೆದಂತೆ ಆ ಭಕ್ತನ ಮನಸ್ಸು ತಿಳಿಯಾಯ್ತು. ಮುಂಚೆ ಇದ್ದ ದುಃಖದ ಭಾವನೆ ಮುಖದಲ್ಲೀಗ ಕಾಣುತ್ತಿಲ್ಲ. ಮನಸ್ಸು ತಿಳಿಯಾದಂತೆ ದೇಹವೂ ಹಗುರವೆನ್ನಿಸತೊಡಗಿತು. ಮುಖದ ಮೇಲೆ ಒಂದು ಕಿರುನಗೆ ಮೂಡಿತು.

ಇದನ್ನು ಮನಗಂಡ ಸ್ವಾಮೀಜಿ ಕೇಳಿದರು - " ಹೇಳು ಮಗೂ. ಏನು ನಿನ್ನ ಸಮಸ್ಯೆ? ನಿನ್ನನ್ನು ನೋಡಿದರೆ ಯಾವುದೋ ಗಾಢವಾದ ದುಃಖ ಸಾಗರದಲ್ಲಿ ಮಿಂದಂತಿದೆ. ಅದೇನು ಹೇಳು? ಸಾಧ್ಯವಾದರೆ ನಿನ್ನ ದುಃಖಕ್ಕೆ ಪರಿಹಾರ ನೀಡಲು ಪ್ರಯತ್ನಿಸೋಣ."

ಸ್ವಾಮೀಜಿಯ ಮಧುರ ಕಂಠದಿಂದ ಹೊರಟ ಆ ಮಾತುಗಳನ್ನು ಕೇಳಿ ನವೀನನಿಗೆ ಇನ್ನೂ ಸ್ವಲ್ಪ ಮನಸ್ಸು ಹಗುರವಾಯ್ತು. ಮತ್ತೊಮ್ಮೆ ಸ್ವಾಮೀಜಿಗಳ

ಪಾದ ಮುಟ್ಟಿ ನಮಸ್ಕರಿಸಿ ಹೇಳಿದ:

"ಸ್ವಾಮೀಜಿ, ನನ್ನ ಹೆಸರು ನವೀನ. ಇಲೆಕ್ಟ್ರಾನಿಕ್ ಸಿಟಿ ಯಲ್ಲಿರುವ ಕಂಪನಿಯೊಂದರಲ್ಲಿ ಉದ್ಯೋಗ. ಕೈ ತುಂಬಾ ಸಂಬಳ. ಒಳ್ಳೆಯ ಹೆಂಡತಿ. ಆದರೂ ಮನಸ್ಸಿಗೆ ಏನೋ ಸಮಾಧಾನವಿಲ್ಲ ಸ್ವಾಮೀಜಿ. ಸಾಲ ಕೊಟ್ಟವರು ಬಂದು ಪ್ರತಿ ದಿನ ಮನೆಯ ಮುಂದೆ ಗಲಾಟೆ ಮಾಡುತ್ತಾರೆ. ಮೊನ್ನೆ ತಾನೇ ಹೊಸದಾಗಿ ಕೊಂಡ ಕಾರು ಅಪಘಾತವಾಯ್ತು. ಯಾವುದೋ ಚೀಟಿಯ ಮೇಲೆ ಹಾಕಿದ್ದ ಹಣ ಅಷ್ಟೂ ಹೋಯಿತು. ಮನೆಯಲ್ಲಿ ವಯಸ್ಸಾದ ಅಪ್ಪ ಅಮ್ಮ. ಅವರ ಆರೋಗ್ಯ ಕೂಡ ಇತ್ತೀಚಿಗೆ ಸರಿಯಿಲ್ಲ. ಆಸ್ಪತ್ರೆಗೆ ತೋರಿಸೋಣವೆಂದರೆ ಕೈಲಿ ಹಣವಿಲ್ಲ. ಕೆಲಸದ ಜಾಗದಲ್ಲೂ ಕೂಡ ಯಾವಾಗ ಕೆಲಸದಿಂದ ತೆಗೆಯುತ್ತಾರೋ ಎಂಬ ಭಯ. ಹೀಗಾಗಿ ಏನು ಮಾಡಲೂ ತೋಚುತ್ತಿಲ್ಲ. ನೀವೇ ನನಗೆ ಒಂದು ದಾರಿ ತೋರಿಸಬೇಕು ಗುರೂಜಿ".

ನವೀನ ಹೇಳಿದ್ದ ಅಷ್ಟು ಉದ್ದದ ಪಟ್ಟಿಯನ್ನು ಕೇಳಿ ಸ್ವಾಮೀಜಿಯೇ ಒಂದು ಕ್ಷಣ ಹೌಹಾರಿದರು. ಸಾವರಿಸಿಕೊಂಡು ನುಡಿದರು : "ಮಗೂ. ಇಲ್ಲಿ ಕೇಳು! ಕಷ್ಟವೆಂಬುದು ನಮ್ಮ ತಾಕತ್ತನ್ನು ಪರೀಕ್ಷಿಸಲು ದೇವರು ನೀಡುತ್ತಿರುವ ಪರೀಕ್ಷೆ ಎಂದು ತಿಳಿ. ಆ ದೇವರು ನಿನಗೆ ಕಷ್ಟಗಳ ಮೇಲೆ ಕಷ್ಟ ಕೊಡುತ್ತಿದ್ದಾನೆ ಎಂದರೆ ಅವನಿಗೆ ನಿನ್ನ ಮೇಲೆ ಪ್ರೀತಿ ಜಾಸ್ತಿ ಅಂತ ಅರ್ಥ. ಹೌದು. ನೀನು ಆ ಕಷ್ಟಗಳನ್ನೆಲ್ಲಾ ಜಯಿಸಲಿ. ವಿಜಯಿಯಾಗಲಿ ಎಂದು ಅವನು ಅಪೇಕ್ಷಿಸುತ್ತಿದ್ದಾನೆ. ಪ್ರಪಂಚದಲ್ಲಿ ಎಲ್ಲರಿಗೂ ಒಂದಲ್ಲಾ ಒಂದು ರೀತಿಯ ಕಷ್ಟವಿದ್ದದ್ದೇ. ರಾಮನಿಗೆ ಕಷ್ಟ ಬರಲಿಲ್ಲವೇ? ಕಾಡು ಸುತ್ತಲಿಲ್ಲವೇ? ಕೃಷ್ಣನಿಗೆ ಬಂದ ಕಷ್ಟಗಳಂತೂ ಒಂದಲ್ಲ, ಎರಡಲ್ಲ. ನ್ಯೂಟನ್ ನಿಂದ ಹಿಡಿದು ಬಿಲ್ ಗೇಟ್ಸ್ ತನಕ ಎಲ್ಲರೂ ಒಂದಲ್ಲ ಒಂದು ರೀತಿ ಕಷ್ಟಪಟ್ಟವರೇ. ಹೆದರದಿರು. ಕಷ್ಟ ಮನುಷ್ಯನಿಗೆ ಬರದೇ ಮರಕ್ಕೆ ಬಂದೀತೇ? ಧೃತಿಗೆಡಬೇಡ. ಎದ್ದೇಳು. ಎಲ್ಲವನ್ನೂ ಹೆದರಿಸು. ಮನುಷ್ಯ ಮನಸ್ಸು ಮಾಡಿದರೆ ಈ ಭೂಮಿಯನ್ನೇ ತಲೆಕೆಳಗು ಮಾಡಬಲ್ಲ. ನಮ್ಮ ಆತ್ಮವಿಶ್ವಾಸವೆಂಬ ಬೀಜಕ್ಕೆ ಅಷ್ಟು ಶಕ್ತಿಯಿದೆ. ಎದ್ದೇಳು. ಆತ್ಮವಿಶ್ವಾಸವೆಂಬ ಆ ಬೀಜಕ್ಕೆ ಒಳ್ಳೆಯ ಗೊಬ್ಬರ ಹಾಕು. ನೀರೆರೆದು ಅದನ್ನು ಪೋಷಿಸು. ಅದು ನಾಳೆ ನಿನಗೆ ಬೇಡಿದ್ದನ್ನು ನೀಡುವ ಕಲ್ಪವೃಕ್ಷವಾಗುತ್ತೆ. ಎದ್ದೇಳು"

ಸುಮಾರು ಅರ್ಧ ಗಂಟೆಗೂ ಹೆಚ್ಚು ಕಾಲ ಸ್ವಾಮೀಜಿ ಆಡಿದ ಆ ಮಾತುಗಳು ನವೀನನಿಗೆ ಹೊಸ ಚೈತನ್ಯವನ್ನು ನೀಡಿದವು. ಧೈರ್ಯದಿಂದ ಮುನ್ನುಗ್ಗುವ ಛಲ ಅವನಲ್ಲಿ ಮೂಡಿತು. ಹಳೆಯ ನವೀನ ಅಲ್ಲೇ ಸತ್ತು ಹೋಗಿದ್ದ. ಬದಲಿಗೆ ಅಖಂಡ ಆತ್ಮ ವಿಶ್ವಾಸದಿಂದ ತುಂಬಿರುವ ಹೊಸ ನವೀನ ಹುಟ್ಟಿದ್ದ. ಸ್ವಾಮೀಜಿಗಳ

ಮಾತು ಅವನನ್ನು ಅಷ್ಟು ಬದಲಾಯಿಸಿತ್ತು. ಮತ್ತೊಮ್ಮೆ ಸ್ವಾಮೀಜಿಗಳ ಕಾಲಿಗೆ ನಮಸ್ಕರಿಸಿ ಬಾಗಿಲ ಕಡೆ ಹೊರಟ. ಸ್ವಾಮೀಜಿಗಳ ಮಾತಿಗಿರುವ ಶಕ್ತಿಯನ್ನು ಕಣ್ಣೆದುರೇ ಕಂಡ ಶಿಷ್ಯರು ಇಂತಹ ಸ್ವಾಮೀಜಿಯ ಶಿಷ್ಯರಾಗಿದ್ದಕ್ಕೆ ನಮ್ಮ ಜನ್ಮ ಸಾರ್ಥಕ ಎಂದು ಮನದಲ್ಲೇ ಸ್ವಾಮೀಜಿಗೆ ವಂದಿಸಿದರು.

ಬಾಗಿಲ ತನಕ ಹೋಗಿದ್ದ ನವೀನ ಮತ್ತೆ ಒಳಗೆ ಬಂದ. "ಸ್ವಾಮೀಜಿ. ತಮ್ಮ ಬಳಿ ಇನ್ನೊಂದು ಪುಟ್ಟ ಕೋರಿಕೆ. ಪ್ರತಿ ದಿನ ನಮ್ಮ ಮನೆಯಲ್ಲಿ ಮಾಡುವ ಉಪ್ಪಿಟ್ಟು ತಿಂದೂ ತಿಂದೂ ಬೇಜಾರಾಗಿದೆ. ಉಪ್ಪಿಟ್ಟು ಬೇಡ ಎಂದು ಹೇಳಿದರೆ ನನ್ನ ಮಾತನ್ನು ಕೇಳುವವರೇ ಯಾರೂ ಇಲ್ಲ. ವಾರದ ಏಳು ದಿನವೂ ಉಪ್ಪಿಟ್ಟೇ. ಉಪ್ಪಿಟ್ಟು ಮಾಡುವ ಅವರ ಮನಸ್ಸನ್ನು ಬದಲಾಯಿಸುವ ಉಪಾಯ ಹೇಳಿ ಸ್ವಾಮೀಜಿ" ಎಂದು ಮತ್ತೆ ಬಂದು ಸ್ವಾಮೀಜಿಯ ಪಾದ ಮುಟ್ಟಿದ.

ನವೀನನೆಡೆ ಒಮ್ಮೆ ಕರುಣಾಪೂರಿತ ದೃಷ್ಟಿ ಹಾಯಿಸಿದ ಸ್ವಾಮೀಜಿಗಳು : ಅಯ್ಯೋ ಮೂಢ! ಆ ಉಪಾಯ ನನಗೆ ಗೊತ್ತಿದ್ದರೆ ನಾನೇಕೆ ಈ ರೀತಿ ಖಾವಿ ಹಾಕಿಕೊಂಡು ಸ್ವಾಮೀಜಿ ಆಗ್ತಾ ಇದ್ದೆ? ಹಣೆಬರಹಕ್ಕೆ ಹೊಣೆ ಯಾರು? ಅನುಭವಿಸಲೇ ಬೇಕು" ಎಂದು ಶಿಷ್ಯರ ಕಡೆ ತಿರುಗಿ ಹೇಳಿದರು: " ಶಿಷ್ಯ ಕೊರಮಾನಂದ. ನವೀನನ ಮುಖ ನೋಡ್ತಾ ಇದ್ರೆ ಯಾಕೋ ಇಲ್ಲಿ ಬಂದು ಶೀಘ್ರದಲ್ಲೇ ನಮ್ಮ ಜೊತೆಯೇ ಸೇರುವ ಲಕ್ಷಣ ಕಾಣುಸ್ತಾ ಇದೆ. ಯಾವುದಕ್ಕೂ ಈಗಲೇ ಅವನಿಗೆ ಒಂದು ಜೊತೆ ಖಾವಿ ಬಟ್ಟೆ ಮತ್ತು ಪಾದುಕೆ ಸಿದ್ಧಮಾಡಿ" ಎಂದು ಹೇಳಿ ನಸುನಗುತ್ತಾ ಕೋಣೆಯೊಳಕ್ಕೆ ನಡೆದರು

18
ನೆನಪಿರಲಿ

ಗಂಗಾ ಸ್ನಾನಂ
ತುಂಗಾ ಪಾನಂ
ಉಪ್ಪಿಟ್ ಖಾನಂ

19

ಮಂತ್ರಿ ಮಂಗಪ್ಪ ಕಡೆಗೂ ಬದುಕಿಬಿಟ್ಟ

ಬ್ರೇಕಿಂಗ್ ನ್ಯೂಸ್! ಖ್ಯಾತ ಮಂತ್ರಿಯೋರ್ವರ ಮೇಲೆ ದುಷ್ಕರ್ಮಿಗಳಿಂದ ಗುಂಡಿನ ದಾಳಿ. ಗುಂಡಿನ ದಾಳಿಗೆ ಸಿಲುಕಿದ ಮಂತ್ರಿಗಳಿಗೆ ದೊಡ್ಡ ಪ್ರಮಾಣದ ಗಾಯಗಳಾಗಿವೆ. ಪ್ರಸ್ತುತ ಅವರನ್ನು ನಗರದ ಖ್ಯಾತ ಖಾಸಗಿ ಆಸ್ಪತ್ರೆಗೆ ಸೇರಿಸಲಾಗಿದೆ.

ಒಮ್ಮಿಂದೊಮ್ಮೆಲೇ ಎಲ್ಲಾ ವಾರ್ತಾ ವಾಹಿನಿಗಳಲ್ಲೂ ಇದೇ ಸುದ್ದಿ ಪ್ರತಿಧ್ವನಿಸಹತ್ತಿತು. ಮಂತ್ರಿ ಮಂಗಪ್ಪ ಅವರು ರಾಜಕೀಯದಲ್ಲಿ ತುಂಬಾ ದೊಡ್ಡ ಹೆಸರು. ಕಳೆದ ತಿಂಗಳಷ್ಟೇ ಹೊಸ ಪಕ್ಷದ ವತಿಯಿಂದ ಮಂತ್ರಿಯಾಗಿದ್ದರು. ಇಪ್ಪತ್ತು ವರ್ಷದಿಂದ ಭರದಿಂದ ನಡೆಯುತ್ತಿದ್ದ ಊರ ಹೊರಗಿನ ಚಿಕ್ಕ ಬ್ರಿಡ್ಜ್ ಒಂದರ ಕಾಮಗಾರಿ ವೀಕ್ಷಿಸಲು ತೆರಳಿದ್ದರು. ಆ ರೀತಿ ಹೋಗುತ್ತಿರುವಾಗಲೇ, ದುಷ್ಕರ್ಮಿಗಳ ತುಪಾಕಿಯಿಂದ ಹೊರಟ ಗುಂಡು ಮಂತ್ರಿ ಮಂಗಪ್ಪನವರ ಎದೆಯನ್ನು ಸೀಳಿತ್ತು. ಕಾರು ಚಾಲಕ ಹೇಗೋ ದುಷ್ಕರ್ಮಿಗಳಿಂದ ತಪ್ಪಿಸಿಕೊಂಡು ಕಾರನ್ನು ಚಲಾಯಿಸಿ ಹತ್ತಿರದಲ್ಲೇ ಇದ್ದ ಆಸ್ಪತ್ರೆಗೆ ತಂದು ಸೇರಿಸಿದ್ದ. ಮಂತ್ರಿಗಳು ಇನ್ನೂ ಉಸಿರಾಡುತ್ತಿದ್ದರಾದರೂ, ಪ್ರಜ್ಞೆ ಇರಲಿಲ್ಲ.

ಮಂತ್ರಿಗಳ ವಿಶೇಷ ಆರೈಕೆಗಾಗಿಯೇ ವಿದೇಶದಿಂದ ತಜ್ಞ ವೈದ್ಯರ ತಂಡವೊಂದನ್ನು ಕರೆತರಲಾಯಿತು. ಕೇರಳದಿಂದ ವಿಶೇಷ ಪರಿಣಿತಿ ಪಡೆದ ಸುಂದರ ಲೇಡಿ ನರ್ಸ್ ಗಳನ್ನೂ ಕರೆತಂದರು. ತೀವ್ರ ನಿಗಾ ಘಟಕದಲ್ಲಿ ಅವರನ್ನು ಇಡಲಾಗಿತ್ತು. ಆಸ್ಪತ್ರೆ ಮುಂದೆ ಪತ್ರಕರ್ತರ, ಪಕ್ಷದ ಕಾರ್ಯಕರ್ತರ ದೊಡ್ಡ

ದಂಡೇ ನೆರೆದಿತ್ತು. ಅವರನ್ನೆಲ್ಲ ಸುಧಾರಿಸುವುದು ಪೊಲೀಸರಿಗೆ ದೊಡ್ಡ ತಲೆನೋವಾಗಿತ್ತು.

ನೈಸ್ ರೋಡಿನಲ್ಲಿ ಸಂಚರಿಸುವ ವಾಹನಗಳಂತೆ ವೇಗವಾಗಿ ಹೊಡೆದುಕೊಳ್ಳುತ್ತಿದ್ದ ಮಂತ್ರಿಗಳ ಎದೆಬಡಿತ ಬರುಬರುತ್ತಾ ಸಿಲ್ಕ್ ಬೋರ್ಡ್ ಜಂಕ್ಷನ್ ನ ಸಿಗ್ನಲ್ ಗೆ ಕಾದಿರುವ ವಾಹನಗಳಂತೆ ತಟಸ್ಥವಾಗತೊಡಗಿತು. ವೈದ್ಯರೆಲ್ಲ ಬಂದರು. ವಿಧ ವಿಧದ ಔಷಧಿಗಳು, ಇಂಜೆಕ್ಷನ್ ಗಳು, ಏನೇನೋ ಪ್ರಯತ್ನ ಮಾಡಿದರಾದರೂ, ಯಾಕೋ ಒಂದೂ ಫಲ ಕೊಡುತ್ತಿಲ್ಲ. ಮೊನ್ನೆ ಸಹಿ ಹಾಕಿದ ಫ್ಲೈ ಓವರ್ ನ ಗುತ್ತಿಗೆಗೆ ಸಂಬಂಧಿಸಿ ಅವರ ಬಳಿ ತುಂಬಾ ಮಾತಾಡುವುದಿದೆ. ದಯವಿಟ್ಟು ಹೇಗಾದರೂ ಅವರನ್ನು ಉಳಿಸಿಕೊಡಿ ಎಂಬ ಫೋನುಗಳು ನಿಮಿಷಕ್ಕೊಮ್ಮೆ ಕಚೇರಿಯಿಂದ ಬರುತ್ತಲೇ ಇತ್ತು. ಸುದ್ದಿ ಮಾಧ್ಯಮದವರಂತೂ, ಮಂತ್ರಿಗಳ ಸಾವಿನ ಸುದ್ದಿಯನ್ನು ಬಿತ್ತರಿಸುವುದು ಹೇಗೆ ಎಂಬ ಕಂಟೆಂಟ್ ಸಿದ್ಧಪಡಿಸುವುದರಲ್ಲಿ ಬಿಜಿಯಾಗಿದ್ದರು. ಒಂದು ಸುದ್ದಿ ಮಾಧ್ಯಮವಂತೂ ಒಂದು ಹೆಜ್ಜೆ ಮುಂದೆ ಹೋಗಿ

....ನಮ್ಮಲ್ಲೇ ಮೊದಲು

...ನಮ್ಮ ಚಾನಲ್ ನ ಇಂಪ್ಯಾಕ್ಟ್.. ಮಂತ್ರಿ ಇನ್ನಿಲ್ಲ

ಎಂಬಂತಹ ಸ್ಲೋಗನ್ ಗಳ ಗ್ರಾಫಿಕ್ಸ್ ಡಿಸೈನ್ ನಲ್ಲಿ ಬಿಜಿಯಾಗಿದ್ದರು.

ನಗರದ ಪ್ರಸಿದ್ಧ ಬ್ಯಾನರ್ ಪ್ರಿಂಟಿಂಗ್ ತಯಾರಕರು ಶ್ರದ್ಧಾಂಜಲಿ ಯ ವಿಧ ವಿಧ ಡಿಸೈನ್ ಗಳನ್ನೂ ತಯಾರಿಸಿಟ್ಟುಕೊಂಡು, ಮಂತ್ರಿಗಳ ಸಾವಿನ ಸಿಹಿಸುದ್ದಿಗಾಗಿ ಬಕಪಕ್ಷಿ ತರಹ ಕಾಯುತ್ತಿದ್ದರು.

ಕಡೆಗೂ ಇವರೆಲ್ಲರ ಪ್ರಾರ್ಥನೆ ಫಲಿಸಿತೋ ಏನೋ, ಮಂತ್ರಿಗಳ ಉಸಿರಾಟ ಕಷ್ಟವಾಯ್ತು. ಏದುಸಿರು ಬಿಡಹತ್ತಿದರು. ಇನ್ನು ನಮ್ಮಿಂದಾಗದು ಎಂದರಿತ ವೈದ್ಯರು ಹಳೆ ಕನ್ನಡ ಸಿನಿಮಾದಲ್ಲಿ ನಡೆಯುವ ಕತೆಯಂತೆಯೇ, ನೇರ ಮಂತ್ರಿಗಳ ಪತ್ನಿ ಬಳಿ ಬಂದು ಹೇಳಿದರು – “ತಾಯಿ, ದಯವಿಟ್ಟು ಕ್ಷಮಿಸಿ. ನಮ್ಮೆಲ್ಲಾ ಪ್ರಯತ್ನ ನಾವು ಮಾಡಿಯಾಯ್ತು. ಇನ್ನು ದೇವರೇ ಅವರನ್ನು ಕಾಪಾಡಬೇಕು. ಕಂಡೀಷನ್ ಕ್ರಿಟಿಕಲ್ ಆಗಿದೆ. ನೀವೇನಾದರೂ ಕಡೆಯ ಬಾರಿ ಅವರನ್ನು ನೋಡುವುದಾದರೆ ಹೋಗಿ ನೋಡಿಕೊಂಡು ಬನ್ನಿ” ಅಂದರು.

“ನೀವು ಬದುಕಿಸದಿದ್ದರೆ ಏನಂತೆ? ಮಹಾಸತಿ ಸಾವಿತ್ರಿ ಹುಟ್ಟಿದಂತಹ ಭೂಮಿ ಇದು. ಆ ಜವರಾಯನಿಗೆ ಸೆಡ್ಡು ಹೊಡೆದು ನಾನೇ ನನ್ನ ಪತಿಯನ್ನು ಬದುಕಿಸುತ್ತೇನೆ. ನೋಡ್ತಾ ಇರಿ” ಎಂದು ವೈದ್ಯರೊಡನೆ ವಾಗ್ವಾದಕ್ಕಿಳಿದಳು ಮಂತ್ರಿಯ ಹೆಂಡತಿ. ಗಂಡನನ್ನು ಕಳೆದುಕೊಳ್ಳುವ ನೋವಿನಿಂದ

ಮಾತಾಡುತ್ತಿದ್ದಾಳೆ. ಇರಲಿ ಬಿಡಿ ಎಂದು ವೈದ್ಯರೂ ಸುಮ್ಮನಿದ್ದರು.

ನೇರ ಐಸೀಯು ಒಳಗೆ ಬಂದ ಪತ್ನಿ, ನಿಸ್ತೇಜವಾಗಿ ಬಿದ್ದಿದ್ದ ತನ್ನ ಗಂಡನ ಬಳಿ ಬಂದಳು. ಗಂಡನ ಪಾದವನ್ನು ಮುಟ್ಟಿ ನಮಸ್ಕರಿಸಿ, ತಾಳಿಯನ್ನು ಕಣ್ಣಿಗೆ ಒತ್ತಿಕೊಂಡು ನೇರವಾಗಿ ಗಂಡನ ಕಿವಿಯ ಬಳಿ ಬಂದು - "ರೀ ಎದ್ದೇಳಿ. ನಿಮಗಾಗಿ ಬಿಸಿ ಬಿಸಿ ಉಪ್ಪಿಟ್ಟು ಮಾಡಿಕೊಂಡು ಬಂದಿದೀನಿ" ಅಂದಳು.

ಅಷ್ಟೇ. ಆಮೇಲೆಲ್ಲಾ ಮ್ಯಾಜಿಕ್ಕಿನಂತೆ ನಡೆದು ಹೊಯ್ತು. “ರೀ” ಎಂಬ ಮಾತು ಕೇಳುತ್ತಿದ್ದ ಹಾಗೆ ಸಹಜವಾಗಿ ಎಲ್ಲ ಪುರುಷರಲ್ಲೂ ಹಾಗುವ ಹಾಗೆಯೇ ಮಂತ್ರಿಗಳ ದೇಹದಲ್ಲಿ ಹೊಸ ಸಂಚಾರ ಉಂಟಾಯ್ತು. “ಉಪ್ಪಿಟ್ಟು ತಂದಿದೀನಿ” ಅನ್ನುತ್ತಿದ್ದ ಹಾಗೇ, ಕಣ್ಣು ತೆರೆದು ಮಂತ್ರಿಗಳು ಸುತ್ತಲೂ ಒಮ್ಮೆ ನೋಡಿದರು. ಎದುರಿಗಿದ್ದ ಉಪ್ಪಿಟ್ಟಿನ ಡಬ್ಬಿಯನ್ನು ನೋಡಿದವರೇ, “ಮುಝೆ ಬಚಾವೋ” ಎಂದು ಕೂಗುತ್ತಾ ಹಾಸಿಗೆಯಿಂದ ಎದ್ದು ಓಡಹತ್ತಿದರು. ಅಂತೂ ಇಂತೂ ಉಪ್ಪಿಟ್ಟು ಮಂತ್ರಿಯೋರ್ವರ ಪ್ರಾಣವನ್ನು ಉಳಿಸಿತ್ತು. ಮಂತ್ರಿಗಳ ಸಾವಿನ ಬ್ರೇಕಿಂಗ್ ನ್ಯೂಸ್ ಗಾಗಿ ಕಾಯುತ್ತಿದ್ದ ವಾಹಿನಿಗಳು ಬೀಟಿಎಮ್ ಲೇಔಟ್ ಬಳಿ ನಾಯಿಯೊಂದು ಒಂದೇ ಬಾರಿ ಹದಿನಾರು ಮರಿ ಹಾಕಿದ ಲೈವ್ ಕವರೇಜ್ ಮಾಡಲು ಬೀಟಿಎಮ್ ಲೇಔಟ್ ಕಡೆ ಓಟಕಿತ್ತರು.

20
ನೆನಪಿರಲಿ

ಒಬ್ಬಟ್ಟಿನಲ್ಲಿ ಬಲವಿದೆ
ಉಪ್ಪಿಟ್ಟಿನಲ್ಲಿ ನಮ್ಮ ಒಲವಿದೆ

21

ರಾಮಾಚಾರಿ, ಪುಟ್ನಂಜ ಮತ್ತು ಉಪ್ಪಿಟ್ಟು

ಚುನಾವಣೆ ದಿನಾಂಕ ಘೋಷಣೆಯಾಗಿದ್ದೇ ತಡ, ಎಲ್ಲ ಪಕ್ಷಗಳ ಕಾರ್ಯಕರ್ತರು ಮತ್ತು ಅಭ್ಯರ್ಥಿಗಳಲ್ಲಿ ಹೊಸ ಹುರುಪು. ಚುನಾವಣಾ ತಯಾರಿ ಕೆಲಸಗಳು ಭರದಿಂದ ಸಾಗಿತ್ತು. ಎರಡೂ ಪಕ್ಷದವರೂ ಈ ಸಲ ಹೇಗಾದರೂ ಮಾಡಿ ನಾವೇ ಅಧಿಕಾರದ ಗದ್ದುಗೆಯನ್ನು ಏರಲೇಬೇಕೆಂಬ ಪಣ ತೊಟ್ಟಂತಿತ್ತು. ಚುನಾವಣಾ ವೆಚ್ಚಕ್ಕೆ ಬೇಕಾದ ಹಣಕಾಸು ಮತ್ತು ಇತರೆ ಕಚ್ಚಾ ಪದಾರ್ಥಗಳ(?) ಸರಬರಾಜಿನ ಬಗ್ಗೆ ನಾಯಕರ, ಕಾರ್ಯಕರ್ತರ ನಡುವೆ ಉನ್ನತ ಮಟ್ಟದ ಸಭೆಗಳು ನಡೆಯಲಾರಂಭಿಸಿದವು.

ರಣಧೀರ ಪಕ್ಷದ ರಾಮಾಚಾರಿ ಮತ್ತು ಯುಗಪುರುಷ ಪಕ್ಷದ ಪುಟ್ನಂಜ - ಇವರ ನಡುವೆ ದೊಡ್ಡ ಪೈಪೋಟಿಯೇ ಏರ್ಪಟ್ಟಿತ್ತು. ಎರಡು ಸಮಬಲದ ಮದಗಜಗಳ ಹೋರಾಟದಂತಿತ್ತು ಅವರಿಬ್ಬರ ಕದನ.

ಇವರಿಬ್ಬರಲ್ಲಿ ಯಾರು ಕಡಿಮೆ, ಯಾರು ಹೆಚ್ಚು ಎಂದು ಹೇಳಲು ಸಾಧ್ಯವೇ ಇಲ್ಲ. ಹೇಗಾದರೂ ಸರಿಯೇ, ಈ ಸಲ ನಾವೇ ಗೆಲ್ಲಬೇಕೆಂಬ ಸಂಕಲ್ಪ ತೊಟ್ಟ ರಾಮಾಚಾರಿ ಮತ್ತು ಪುಟ್ನಂಜ ಇಬ್ಬರೂ ಹೊಸ ಹೊಸ ಉಪಾಯಗಳನ್ನು ಹೂಡತೊಡಗಿದರು. ಪ್ರಣಾಳಿಕೆಯಲ್ಲಿ ಸೇರಿಸಲು ಬೇಕಾದ ಗೆಲ್ಲಲು ಬೇಕಾದ ಅಂಶಗಳನ್ನು ಪಟ್ಟಿ ಮಾಡಲೆಂದೇ ವಿಶೇಷ ತಜ್ಞರ ತಂಡವನ್ನು ರಚಿಸಲಾಯಿತು.

ಕಡೆಗೂ, ರಾಮಾಚಾರಿ ನೇತೃತ್ವದ ರಣಧೀರ ಪಕ್ಷದ ತಜ್ಞರು ಹೊಸ ಉಪಾಯವನ್ನು ಹೊತ್ತು ತಂದರು. ಆ ಉಪಾಯವನ್ನು ಕೇಳಿದ್ದೇ ರಾಮಾಚಾರಿಗೆ

ಇನ್ನು ನಮ್ಮ ಗೆಲುವನ್ನು ತಡೆಯಲು ಆ ಸೃಷ್ಟಿಕರ್ತ ಬ್ರಹ್ಮನಿಗೂ ಸಾಧ್ಯವಿಲ್ಲ ಎಂಬ ನಂಬಿಕೆ ಬಂತು. ತಜ್ಞರು ಹೇಳಿದ ಆ ಅಂಶವನ್ನು ಅವರು ಹೇಳಿದಂತೆಯೇ ಯಥಾವತ್ತಾಗಿ ಪ್ರಣಾಳಿಕೆಯಲ್ಲಿ ಸೇರಿಸಲಾಯಿತು. ಮತ್ತು ಚುನಾವಣಾ ಪ್ರಚಾರ ಸಭೆಗಳಲ್ಲೂ ಅದೇ ವಿಷಯವನ್ನು ಒತ್ತಿ ಒತ್ತಿ ಹೇಳಲಾಯಿತು.

"ನನ್ನ ಕ್ಷೇತ್ರದ ಪ್ರೀತಿಯ ಮತದಾರರೇ, ಈ ಸಲ ನಮ್ಮ ರಣಧೀರ ಪಕ್ಷವು ಹೊಸ ರೀತಿಯ ಆಲೋಚನೆಯೊಂದಿಗೆ ಬಂದಿದ್ದೇವೆ. ರಸ್ತೆ, ನೀರು, ಪಾರ್ಕು - ಈ ರೀತಿಯ ಅಭಿವೃದ್ಧಿ ಕಾರ್ಯಗಳ ಪ್ರಣಾಳಿಕೆಯನ್ನು ಸುಮಾರು ವರ್ಷಗಳಿಂದ ಕೇಳಿ ಕೇಳಿ ನಿಮಗೂ ಬೇಜಾರಾಗಿದೆ. ಯಾವುದೇ ಚುನಾವಣೆಯಿರಲಿ, ಯಾವುದೇ ಪಕ್ಷವಿರಲಿ, ಉತ್ತಮ ರಸ್ತೆ, ಕುಡಿಯುವ ನೀರು, ಉಚಿತ ಪಡಿತರ ಈ ರೀತಿಯ ಪ್ರಣಾಳಿಕೆಯನ್ನೇ ಹೊತ್ತು ತರುತ್ತಾರೆಯೇ ವಿನಃ, ನಿಜವಾಗಿ ಜನಗಳಿಗೆ ಬೇಕಾಗಿದ್ದು ಏನು ಎನ್ನುವ ಕಡೆ ಗಮನವನ್ನೇ ಹರಿಸಿಲ್ಲ. ಹಾಗಾಗಿ ಇವತ್ತು ದೇಶದ ಇತಿಹಾಸದಲ್ಲೇ ಮೊದಲ ಬಾರಿಗೆ ನಮ್ಮ ರಣಧೀರ ಪಕ್ಷವು ನಿಮ್ಮ ಕಷ್ಟಗಳನ್ನು ನೋಡಿ, ಆ ಕಷ್ಟಗಳ ಪರಿಹಾರಕ್ಕೆ ಬೇಕಾದ ಹೊಸ ಸೂತ್ರಗಳೊಂದಿಗೆ ಕಣಕ್ಕೆ ಇಳಿಯಲಿದ್ದೇವೆ. ಹೌದು. ನಮ್ಮ ಚುನಾವಣೆಯ ಬಹುಮುಖ್ಯ ಅಜೆಂಡಾ ಕೂಡ ಅದೇ. ನೀವೆಲ್ಲಾ ಅಷ್ಟು ಕಾತರದಿಂದ ಕಾಯುತ್ತಿರುವ ಆ ಪ್ರಮುಖ ಅಂಶವೇ - ಉಪ್ಪಿಟ್ಟು ಬ್ಯಾನ್!

ಹೌದು ಮಹಾ ಪ್ರಜೆಗಳೇ. ದಿನಾ ಉಪ್ಪಿಟ್ಟು ತಿಂದೂ ತಿಂದೂ, ನಿಮ್ಮ ಜೀವನ ಎಷ್ಟು ನಿಸ್ಸಾರವಾಗಿದೆ, ಜೀವನದ ಮೇಲೆ ನಿಮಗೆಷ್ಟು ಜಿಗುಪ್ಸೆ ಬಂದಿದೆಯೆಂದು ನಾವು ಬಲ್ಲೆವು. ಈವರೆಗೂ ಎಷ್ಟೋ ಸರ್ಕಾರಗಳು ಅಧಿಕಾರಕ್ಕೆ ಬಂದರೂ ಕೂಡ, ಇಂತಹ ಒಂದು ಚಿಕ್ಕ ವಿಷಯದ ಮೇಲೆ ಗಮನವನ್ನೇ ಹರಿಸಲಿಲ್ಲವೆಂಬುದು ತುಂಬಾ ದುಃಖದ ಸಂಗತಿ. ನಾವು ನಿಮಗೆ ವಚನ ನೀಡಲಿದ್ದೇವೆ - ನಮ್ಮ ಪಕ್ಷ ಅಧಿಕಾರಕ್ಕೆ ಬಂದದ್ದೇ ಆದರೆ, ಮೊದಲ ಕೆಲಸವೇ - ಉಪ್ಪಿಟ್ಟನ್ನು ಬ್ಯಾನ್ ಮಾಡುವುದು.

ಯಾವುದೇ ಮನೆಯಲ್ಲಿ ಉಪ್ಪಿಟ್ಟು ಮಾಡಿದ್ದು ತಿಳಿದುಬಂದರೆ, ತಕ್ಷಣ ಆ ಮನೆಯ ಹೆಂಗಸರ ಮೇಲೆ ಉಗ್ರ ಕ್ರಮ ಕೈಗೊಳ್ಳಲಾಗುವುದು. ಕಾನೂನು ಪ್ರಕಾರ ಶಿಕ್ಷೆಗೆ ಗುರಿಪಡಿಸಲಾಗುವುದು. ಕದ್ದು ಮುಚ್ಚಿ ಕೂಡ ಉಪ್ಪಿಟ್ಟು ಮಾಡುವಂತಿಲ್ಲ. ನಮ್ಮ ಪಕ್ಷ ಎಂದೆಂದೂ ನಿಮ್ಮ ಜೊತೆಗೆ ಇರುತ್ತದೆ. ದಯವಿಟ್ಟು ತಮ್ಮ ಅಮೂಲ್ಯ ಮತವನ್ನು ನಮಗೇ ನೀಡಬೇಕಾಗಿ ಕೋರಿಕೆ."

ಆ ಕ್ಷೇತ್ರದ ಅಷ್ಟೂ ಪುರುಷ ಮತದಾರರಲ್ಲಿ ರಾಮಾಚಾರಿಯವರ ಈ ಭಾಷಣ ಹೊಸ ಹುರುಪು ತುಂಬಿತ್ತು. ಇಡೀ ಸಭೆ ಮತದಾರರ ಚಪ್ಪಾಳೆಯ ಸದ್ದಿನಿಂದ

ತುಂಬಿಹೋಗಿತ್ತು.

"ಅಬ್ಬಾ. ಎಂಥ ಐಡಿಯಾ ಸರ್ ನಿಮ್ಮದು? ಈಗ ನೋಡಿ ಹಣ ಹಂಚುವುದು ಬೇಡ, ಹೆಂಡ ಹಂಚುವುದು ಕೂಡ ಬೇಡ. ಆದರೂ, ಇಡೀ ಕ್ಷೇತ್ರದ ಅಷ್ಟೂ ಜನ ಪುರುಷ ಮತದಾರರ ಓಟು ನಮ್ಮ ಪಕ್ಷಕ್ಕೇನೇ." ರಾಮಾಚಾರಿಯವರು ಆಗಲೇ ಗೆದ್ದೇಬಿಟ್ಟಂತೆ, ಅವರಿಗೆ ಆಗಲೇ ಸನ್ಮಾನಗಳ, ಶುಭಾಶಯಗಳ ಮಹಾಪೂರವೇ ಹರಿದುಬಂತು. ಯುಗಪುರುಷ ಪಕ್ಷದ ಎಲ್ಲಾ ಪುರುಷ ಕಾರ್ಯಕರ್ತರು ಕೂಡ, ರಾತ್ರೋ ರಾತ್ರಿ ಪಕ್ಷ ಬದಲಿಸಿ, ರಣಧೀರ ಪಕ್ಷ ಸೇರಿದರು. ಇಡೀ ಕ್ಷೇತ್ರದ ಗಂಡಸರ ಬಾಯಲ್ಲೆಲ್ಲಾ ಒಂದೇ ಮಾತು - ಅಬ್ಬಾ! ಇನ್ನೊಂದೇ ತಿಂಗಳು. ಆಮೇಲೆ ಉಪ್ಪಿಟ್ಟು ಬ್ಯಾನ್ ಆಗಲಿದೆ. ನಾವು ನೆಮ್ಮದಿಯಿಂದ ಇರಬಹುದು.

ಯೋಚಿಸಿದಂತೆಯೇ ಮತ ಎಣಿಕೆ ದಿನವೂ ಬಂತು. ರಣಧೀರ ಪಕ್ಷದ ರಾಮಾಚಾರಿ ಅವರ ಮನೆಯಲ್ಲಿ ಚಿಕ್ಕ ಔತಣ ಕೂಟವನ್ನು ಏರ್ಪಡಿಸಿದ್ದರು. ಪಕ್ಷದ ಕಾರ್ಯಕರ್ತರೆಲ್ಲಾ ಬಂದು ಪಾರ್ಟಿ ಯಲ್ಲಿ ಮಜಾ ಮಾಡುವುದರಲ್ಲಿ ಕಳೆದು ಹೋಗಿದ್ದರು. ನಮ್ಮ ಪಕ್ಷ ಖಂಡಿತ ಗೆಲ್ಲುತ್ತದೆಂತು ಅರಿತು, ಈಗಾಗಲೇ ಒಳಗೊಳಗೇ ಮಂತ್ರಿಗಿರಿಗೆ ಲಾಬಿ ಕೂಡ ಕದ್ದು ಮುಚ್ಚಿ ಶುರುವಾಗಿತ್ತು.

ಏನಾಶ್ಚರ್ಯ? ಎಲ್ಲವೂ ಇವರು ಅಂದುಕೊಂಡದ್ದಕ್ಕೆ ತಲೆಕೆಳಗಾಯ್ತು. ಇದ್ದಕ್ಕಿದ್ದಂತೆ ಎಲ್ಲರ ಮುಖದಲ್ಲೂ ಶೋಕಭಾವ. ಉಪ್ಪಿಟ್ಟನ್ನು ಬ್ಯಾನ್ ಮಾಡುತ್ತೇವೆ ಎಂದು ಹೇಳಿಯೂ ಕೂಡ ಇವರ ಪಕ್ಷ ಸೋತು ಹೋಗಿತ್ತು. ಯುಗಪುರುಷ ಪಕ್ಷದ ಪುಟ್ಟಂಜ ಮೀಸೆ ಮೇಲೆ ಕೈ ಹೊತ್ತು ನಗುತ್ತಾ ನಿಂತಿದ್ದ.

"ಏನಿದು? ಏನು ನಡೀತಿದೆ? ಏನಾಯ್ತು ಅಂತ ಬೇಗ ಹೇಳಿ?"

ರಾಮಾಚಾರಿಯ ಆವೇಶಭರಿತ ಮಾತುಗಳನ್ನು ಕೇಳಿ, ನಿಧಾನವಾಗಿ ಸಮಾಧಾನ ಮಾಡಿಕೊಂಡು ಮುಂದೆ ಬಂದು, ನಿಧಾನವಾದ ಸ್ವರದಲ್ಲಿ ಹೇಳಿದರು ಪಕ್ಷದ ಹಿರಿಯರೂ, ಚುನಾವಣಾ ಪ್ರಣಾಳಿಕೆ ಸಿದ್ಧತಾ ಸಮಿತಿಯ ಅಧ್ಯಕ್ಷರೂ ಆಗಿದ್ದಂತಹ ಶ್ರೀರಾಮಚಂದ್ರರವರು - "ಇಲ್ಲಿ ಕೇಳಪ್ಪ ರಾಮಾಚಾರಿ. ನಮ್ಮ ಪ್ಲಾನ್ ಎಲ್ಲವೂ ಚುನಾವಣೆ ಹಿಂದಿನ ದಿನದ ತನಕ ಸರಿಯಾಗೇ ಇತ್ತು. ಆದರೆ ಇದ್ದಕ್ಕಿದ್ದಂತೆ ಯುಗಪುರುಷ ಪಕ್ಷದವರು ಚುನಾವಣೆ ಇನ್ನು ಒಂದು ದಿನ ಇರುವಂತೆ ಹೊಸ ಘೋಷಣೆಯೊಂದನ್ನು ಹೊರಡಿಸಿದರು.

ನಾವು ಗೆದ್ದದ್ದೇ ಆದರೆ ಉಪ್ಪಿಟ್ಟು ಬ್ಯಾನ್ ಮಾಡ್ತೀವಿ ಅಂತ ಹೇಳಿದ್ದೆವು ತಾನೇ?

ಅದೇ ರೀತಿ, ನಾವೇನಾದರೂ ಗೆದ್ದಿದ್ದಾದರೆ, ಉಪ್ಪಿಟ್ಟನ್ನು ರಾಷ್ಟ್ರೀಯ ತಿಂಡಿಯಾಗಿ ಘೋಷಣೆ ಮಾಡ್ತೀವಿ. ಮತ್ತು ಪ್ರತಿ ಮನೆಯಲ್ಲೂ ಹೆಂಗಸರು ಪ್ರತಿ

ದಿನ, ಉಪ್ಪಿಟ್ಟನ್ನೇ ಮಾಡುವಂತೆ ಹೊಸ ಕಾನೂನು ತರ್ತೀವಿ. ಉಪ್ಪಿಟ್ಟು ತಿನ್ನುವುದಿಲ್ಲ ಎಂದು ಗಾಂಚಾಲಿ ಮಾಡುವ ಗಂಡಸರ ಮೇಲೆ ನಿರ್ದಾಕ್ಷಿಣ್ಯ ಕಾನೂನು ಕ್ರಮ ಕೈಗೊಳ್ಳುವುದಾಗಿ ಘೋಷಣೆ ಮಾಡಿದರು. ಅಷ್ಟೇ .ಇನ್ನೇನು ಬೇಕು? ಹೆಂಗಸರಿಗೆ ಇದಕ್ಕಿಂತಾ ಸಿಹಿ ಸುದ್ದಿ ಬೇಕಾ? ಇಡೀ ಕ್ಷೇತ್ರದ ಹೆಂಗಸರ ಓಟುಗಳೆಲ್ಲಾ ಆ ಪಕ್ಷಕ್ಕೇ ಬಿತ್ತು. ಹಾ, ಅಂದ ಹಾಗೆ ಹೇಳುವುದು ಮರೆತೇ. ಸ್ವತಃ ನಿಮ್ಮ ಶ್ರೀಮತಿಯವರು ಕೂಡ ಅದೇ ಪಕ್ಷಕ್ಕೇ ಓಟು ಹಾಕಿದ್ದಾರಂತೆ. ಆಗಲೇ ಆ ಪಕ್ಷದವರು ಗೆದ್ದೂ ಕೂಡ ಆಯಿತು. ಇನ್ನು ನಮಗೆಲ್ಲಾ ನಾಳೆಯಿಂದ ದಿನಾ ಉಪ್ಪಿಟ್ಟೇ ಗತಿ. ತಿನ್ನೋದಿಲ್ಲ ಅಂದ್ರೆ ಕಾನೂನು ಕ್ರಮ. ಹುಷಾರ್" ಅಂತ ಹೇಳಿ ಹೊರಟರು.

ದಿನಾ ಉಪ್ಪಿಟ್ಟನ್ನೇ ತಿನ್ನಬೇಕಾ? ಎಂಬ ಅವರ ದುಃಖದ ಮುಂದೆ, ಚುನಾವಣೆಯಲ್ಲಿ ಹೀನಾಯವಾಗಿ ಸೋತ ದುಃಖ ಮರೆತೇಹೋಗಿತ್ತು.

ಒಂದು ಸರ್ಕಾರವನ್ನೇ ಬದಲಿಸುವ ಶಕ್ತಿ ಉಪ್ಪಿಟ್ಟಿಗೆ ಇದು ಎಂದು ಲೋಕಕ್ಕೆ ಸಾಬೀತಾಯ್ತು.

22
ನೆನಪಿರಲಿ

ಹುಟ್ಟು ಸಾವು ಯಾರಿಂದಲೂ ತಡೆಯಲಾಗದು - ಅದು ಹಣೆಬರಹ.
ಗಾಂಚಾಲಿ ಮಾಡದೆಲೇ ಉಪ್ಪಿಟ್ಟು ತಿನ್ನಬೇಕು - ಅದು ನಮ್ಮೆಲ್ಲರ ಹಣೆಬರಹ.

www.ingramcontent.com/pod-product-compliance
Lightning Source LLC
La Vergne TN
LVHW041546060526
838200LV00037B/1168
9781636699899